AF804839

PHƯƠNG TẤN

HÒA BÌNH, TA MƠ THẤY EM

Bút ký

NHÂN ẢNH
2025

Phương Tấn

Bút ký

HÒA BÌNH, TA MƠ THẤY EM

Viết: 1969-1970-1971

Xuất bản: năm 1972

Tái bản: lần 1 năm 1974,

Tái bản: lần 2 năm 2025

Bìa: Uyên Nguyên Trần Triết

Ảnh: Sưu tập

Biên tập: Quy Hồng

Dàn trang: Đỗ Huỳnh Đăng Ngọc

ISBN: 979-8-3303-8289-7

Nhân Ảnh 2025

PHƯƠNG TẦN
TÂM TÌNH CÙNG BẠN

Thưa Mẹ, trong kinh Samvuttanikaya mà Mẹ hằng đọc, con mãi nhớ lời đức Phật với chúng đệ tử: *"Hỡi các tì khưu, các thầy đừng nên để tâm trí vào những tư tưởng sau đây: "Thế giới là hữu hạn, thế giới là vô cùng. Điều đó chưa quan trọng. Điều quan trọng là, ta dạy các thầy về sự khổ, nguồn gốc sự khổ, đạo diệt khổ và con đường đi đến diệt khổ. Những điều đó có ích – vì sẽ đưa các thầy đến cứu cánh của giác ngộ và giải thoát vậy."* Thưa Mẹ, những lời đức Phật dạy với chúng đệ tử ngày xưa khác nào những lời Mẹ dạy con ngày nay. Và chính đó là Đạo, là đường con đi. Dẫu trên đường, dẫy đầy khổ đau và cô đơn tuyệt cùng.

Hòa Bình, Hòa Bình! Tên gọi của một cơn mơ tuyệt diệu giữa năm tháng hãi hùng của chiến tranh. Hòa Bình, Hòa Bình! Tên gọi của một niềm hy vọng chan hòa trên từng cọng lúa, dây khoai. Hòa Bình, Hòa Bình! Ta mơ thấy em trong nỗi chua xót đang nói, trong niềm cô liêu đang viết. Em nghe không, Hòa Bình!

(Việt Nam – USA 1969)

ƯỚC CHI SÁNG NAY, LÚC NÀY CÓ MẸ

1.
THIÊN ĐÀNG VÀ ĐỊA NGỤC KHÔNG ĐÂU XA

Buồn quá! Con đã không được gặp Mẹ trước khi rời Việt Nam qua Mỹ. Ước chi sáng nay, lúc này có Mẹ để được Mẹ nhìn thấy con. Đứa con ốm yếu mà Mẹ không ngờ có ngày được vào lính, được làm báo của lính, được bay nhảy viết lách khắp 4 vùng chiến thuật, rồi được tuyển chọn qua Mỹ học gần 2 năm Giảng viên Ngành Sư phạm Kỹ thuật Không Quân.

Thưa Mẹ, con phải sống, nghĩ và chống chọi thế nào giữa một xã hội Mỹ xa lạ và đầy quyến rũ. Con phải đi đứng và ăn nói thế nào để hãnh diện mình là người Việt Nam. Con phải làm thế nào để đền đáp và xoa dịu được nỗi lo âu của Mẹ từ bao năm cho con. Đứa con ốm yếu, teo tóp nhưng tâm hồn lại quay quắt, buồn bã bởi cuộc chiến Việt Nam

Có thể nào vui sướng khi chính quê nhà, bên cạnh

những lầu cao ngút mắt, những cảnh trí giàu sang, những con người béo bụng là đám người cùng đinh, hiu quạnh sống chui rúc, cơ cực, nghèo đói, bệnh tật, tương tàn... Thiên đàng và địa ngục không đâu xa, ngay quê nhà của Mẹ và con!

Thưa Mẹ, người lãnh đạo không phải là người ngồi một chỗ thật cao, xa khuất quần chúng mà chính là người hòa mình vào nguyện vọng thiết tha và rất đỗi thiết thực của quần chúng bằng cả tấm lòng để phục vụ. Thưa mẹ, chúa nước Tề là Tề Hoàn Công thời Đông Chu Liệt Quốc mới lên ngôi liền mời Quản Di Ngô vốn là bậc kỳ tài vừa được phong chức tể tướng đến hỏi:

- Ta mới lên ngôi, lòng dân chưa định, thế nước chưa yên, nay muốn chỉnh đốn lại để cho nên được giềng mối thì phải làm điều gì trước?

Quản Di Ngô đáp:

- Lễ nghĩa liêm sĩ là bốn điều cốt trong nước, nếu bốn điều ấy không giữ được thì tất phải mất nước. Nay chúa công muốn chỉnh đốn lại giềng mối thì nên giữ lấy bốn điều ấy mà trị dân.

Tề Hoàn Công nói:

- Làm thế nào mà trị dân được?

Quản Di Ngô đáp:

- Muốn trị dân trước hết phải yêu dân.

Tề Hoàn Công nói:

- Yêu dân thì phải làm thế nào?

Quản Di Ngô đáp:

- Yêu Dân thì phải dạy dân lấy đạo thân ái, nghĩ cách giúp đỡ, giảm bớt thuế má, khiến cho dân dược dông người nhiều của, đó là cái đạo yêu dân. (1)

Thưa Mẹ, thuật "trị dân" ngày xưa của Quản Di Ngô vẫn là đạo "trị dân" ngày nay, và đó là *"Sườn cốt đạo đức nhân bản phải sững dựng như những trụ cột chống đỡ bộ máy cai trị quốc gia, không có nền đạo đức này tất cả sẽ đổ vỡ như lầu cát." (2)*

Mẹ ơi, một xứ sở có thể nào lớn mạnh khi chính người lãnh đạo đã thổi tắt những ngọn đuốc "yêu dân" để bày ra một bóng tối với những ám ảnh hãi hùng. Tinh thần đã nhẹ đi trước vật chất. Tình thương đã mất đi trước hận thù. Thì dù có trăm lời nói hay, có vạn lý thuyết đẹp cũng chỉ là những huyễn hoặc không nhỏ lấy một giọt rung động. Không lóe ra một hạt ánh sáng trong tâm hồn lớp người cùng đinh hiu quạnh. *"Mình muốn cho người ta không ghét thì trước hết phải bỏ điều ác, mình muốn cho người ta không nghi thì trước hết phải giữ điều tin" (3).*

Con đã đọc đâu đó lời Phật dạy: *"Bản thân là điều thân yêu của tất cả mọi người, bản thân là điều thân yêu của mỗi cá nhân, như vậy, thì ai muốn cho mình được hạnh phúc sẽ không áp bức kẻ khác."* Thưa Mẹ, trong một xứ sở mà mọi người đều hướng về công lý, mọi cá nhân đều chia xẻ trách nhiệm thì "bản thân" sẽ được bảo trọng và chuyện "áp bức" sẽ không còn nghe nói.

2.

TÔI HIỆN HỮU ĐỂ TRANH ĐẤU VÀ KHÔNG BAO GIỜ BIẾT THẤT BẠI

Mẹ ơi có xứ sở nào từ bi, an lành và thơ mộng bằng xứ sở mà mọi người đều là anh em, mọi người đều là ruột thịt. Tất cả tội lỗi đều được đổi bằng tình thương, thương kẻ thân yêu cho chí kẻ thù. Thưa Mẹ, vua Asoka *(4)* của Ấn Độ vào thế kỷ thứ ba trước Tây lịch đã đem tình thương không những gieo cho người mà cho cả loài vật. Theo ông trên mọi con đường, giếng phải được đào, cây phải được trồng cho người và vật dùng. Ông cấm giết súc vật, cấm thiến gà, cấm đốt rừng không có lý do. Cấm giết dê, cừu, heo có thai hay đang cho con bú, đến cả khi chúng chưa lớn quá 6 tháng. Tình thương đã là một sức mạnh vũ bão. Chỉ có tình thương mới diệt được hận thù và mở ra ngay tâm hồn chúng ta cánh cửa bao dung và đạo hạnh.

Con tin, không một người Việt Nam nào không tự hào thời thịnh trị của vua Mạc Thái Tông tên thật là Mạc Đăng Doanh niên hiệu Đại Chính, vua thứ hai của triều Mạc. Theo sách Đại Việt Sử Ký Toàn Thư: *"Đêm không cần đóng cửa, ngoài đường không nhặt của rơi."* Sử gia Phan Huy Chú đã viết: *"Mạc Đăng Doanh tính khoan hậu giản dị. Ông giữ pháp độ, cấm hà khắc tàn bạo, ít việc tạp dịch, nhẹ thuế khóa. Bấy giờ được mùa, nhà no, người đủ, trong nước gọi thời ấy là trị bình..."*

Thưa Mẹ, Gandhi của Ấn Độ, Martin Lurther King của Mỹ, Georger Fox, Lord-Bertrand Russell của Anh, Danilo

Dolei của Ý và ngay cả đức Phật, tất cả đều là người. Họ đã bước ra từ đời sống chúng ta. Thân xác và trái tim họ đã hòa lẫn cùng sự khổ đau của thế gian. Họ đã đánh đổi hạnh phúc của riêng họ cho sự thua thiệt của kẻ khác.

Thưa Mẹ, gần với bạo lực là sự sát hại và nhà tù nhưng với họ, tất cả đó đều vô nghĩa. Vì như văn hào Mỹ Thoreau đã viết: *"Dưới một chính thể bắt bỏ tù bất công bất cứ ai, thì chỗ đúng nhất cho một kẻ chính đáng vẫn là nhà tù."* Và chính Danilo Doilei trong tháng ngày chia cơm xẻ áo cùng đám người cùng khổ ở miền Sicilia nước Ý cũng đã nói: *"Có hàng triệu người mà cuộc đời họ đã là nhà tù thì giả dụ tôi bị bỏ tù một vài tháng có là sao. Tôi chung lòng với họ. Tôi chung lòng với họ mãi mãi."* Chung lòng để làm gì Mẹ nhỉ? Nếu không phải như lời bà Coretta King khi Martin Lurther King bị bắt giam ở Atlanta năm 1960 - với cô con gái từ trường học vừa khóc vừa chạy về nhà: *"Cha của con vào tù là để giúp đỡ kẻ khác. Con biết không, biết bao nhiêu người không có nhà để ở, thức ăn để ăn, quần áo để mặc... Cha của con vào tù là để làm những điều này thành có-thể-có cho những người ấy."*

Do đó, thưa Mẹ cái nghĩa đúng nhất của những người lãnh đạo, những người của dân, yêu dân là: *"Tôi hiện hữu để tranh đấu và không bao giờ biết thất bại"* như lời Gandhi để mang lại sự tự do, bình đẳng và no ấm cho mọi người. Nhưng, sự tranh đấu ở đây là sự tranh đấu vì chính nghĩa và không bằng bạo lực. Và, thưa Mẹ, khi tranh đấu bằng chính nghĩa và không bằng bạo lực thì người lãnh đạo bao giờ cũng đứng về phía công lý và tình thương. Công lý không chỉ ở thành phố, ở kẻ mạnh mà công lý chan hòa ở thôn xóm, làng mạc, xã ấp và cùng khắp. Tình thương không lấy từ lòng thương hại hay bố thí mà chính thật bằng những hạt giống cao thượng của một tinh thần bất bạo động gieo vào lòng mỗi người. Được thế, cơn sóng cuồn cuộn của bạo lực và thù hận sẽ dần lặng và cuối cùng sự an lạc, thịnh vượng và tình thương giữa cá nhân với cá nhân, giữa gia đình với gia đình, giữa xứ sở với xứ sở chắc hẳn phải đến.

3.

CHỚ NÊN GIẾT, CHỚ NÊN HÀNH HẠ KẺ KHÁC!

Thưa Mẹ, con nghĩ thế và đang phấn đấu. Phấn đấu trong chính sự yếu đuối, khổ đau và thua thiệt của đời mình. Thưa Mẹ, sự sung sướng và niềm hạnh phúc tuyệt vời của đời con theo tâm nguyện là đem lại sự sung sướng và niềm hạnh phúc cho kẻ khác. Con sẽ khổ sở và đau đớn nếu không mang được một đời sống công bằng và bác ái thật sự cho lớp người cùng khổ. Và thưa Mẹ, việc làm của con từ bao giờ đến bây giờ vẫn không hề mong sẽ được trả ơn của bất cứ ai kể cả Thượng Đế, ngoài mỗi ước ao vừa kể để xứng đáng con là con của Mẹ. Và, chúng ta chính thật là những người Việt Nam.

Mẹ ơi, con làm sao là kẻ sát nhân, làm sao để tâm thù hằn kẻ khác khi: *"Chẳng có ai xấu xa đến nỗi không còn cứu chuộc, chẳng có ai toàn vẹn đến nỗi có quyền giết hại kẻ khác mà họ dám xem một cách lầm lẫn là kẻ ác"* như lời Gandhi, và nói theo đức Phật: *"Mọi loài đều sợ chết, mọi loài đều sợ cực hình. Suy ta ra kẻ khác, chớ nên giết, chớ nên hành hạ kẻ khác."*

4.
CUỘC ĐỜI, SỰ ĐAU KHỔ VÀ BỔN PHẬN MÌNH

Thưa Mẹ, con ghét bạo lực, ghét những kẻ nói suông, ghét những bài viết về lý thuyết nhân bản, về con đường cách mạng, về chủ nghĩa xã hội, về chính trị hoang tưởng từ trí tưởng sau những bữa cơm ngon, áo quần đẹp. Họ đang làm cái việc mà ai cũng có thể làm được trong thời buổi nhiễu nhương và thiếu lòng tin này. Cái khó là chúng ta dấn thân, chuyển đổi được những dự phóng, những tình ý, những suy tư đó thành những hành động cụ thể ngay giữa đời sống. Làm đẹp quê hương và tình người một cách thiết thực và hữu hiệu trong chính những đen tối đang có. Mỗi lời nói và mỗi chữ viết của chúng ta phải sinh động, thiết thực và lợi ích. Nếu không, một trăm năm, một ngàn năm bạo lực và thù hận vẫn còn đó. Bóng tối của nghèo đói, bệnh tật, ngu muội... vẫn úp chụp lên lớp người cùng khổ như một địa ngục. Và cạnh đó là một thiên đàng của lớp người giàu sang, béo bụng.

Thưa Mẹ, con mơ ước niềm hạnh phúc đích thật sẽ đến cho đồng bào chúng ta. Con nguyện được chia cơm xẻ áo bên lớp người cùng khổ, lớp người mà tự bao giờ đến bây giờ đã cho con biết thế nào là cuộc đời, sự đau khổ và bổn phận mình.

Thưa Mẹ, con sắp rời Việt Nam qua Mỹ. Chuỗi ngày ở Mỹ sẽ là chuỗi ngày thử thách lòng con trước một nghịch cảnh như một bài thơ dài hàng ngàn câu về chiến tranh Việt Nam mà con đã viết: *"Cho Kẻ Thù Yêu Dấu."* Đã yêu dấu sao còn gọi là kẻ thù? Vâng, đúng là *"Kẻ thù yêu dấu"* khi gọi chính họ trong cuộc chiến Việt Nam.

Ước chi sáng nay, lúc này có Mẹ ở đây, bên con. Mẹ ơi, con nhớ Mẹ!

(Sài Gòn - Việt Nam 1969)

(1-3) Theo Đông-Chu-Liệt-Quốc, bản dịch Nguyễn Đỗ Mục

(2) Theo nguyên tắc cai trị của vua Asoka, trong tập tiểu luận: "Tiếng Kêu Trầm Thống Trước Sự Tàn Phá Con Người" của Võ Văn Ái.

(4) Theo nguyên tắc cai trị của vua Asoka, trong tập tiểu luận: "Tiếng Kêu Trầm Thống Trước Sự Tàn Phá Con Người" của Võ Văn Ái.

Giữ thơm quê Mẹ.
(Ảnh sưu tập)

THIÊN ĐÀNG VÀ ĐỊA NGỤC

1.
THIÊN ĐÀNG CỦA THẾ GIAN

Thưa Mẹ, con đang ở vào mùa thu của Texas. Buổi sáng trời lạnh đáo để. Bước khỏi giường, việc đầu tiên của con là vén màn, kéo cửa sổ kính, mong có nắng tràn vào phòng rồi hít đất liên tục cho người nóng lên.

Đến hôm nay sau nhiều tháng, con đã quen nếp sống bên này. Con đã đi chơi, đã tiếp xúc, đã kết thân và dùng cơm gia đình với khá nhiều người Mỹ. Nhận xét chung của con về lính Mỹ, về tuổi trẻ Mỹ - những người Mỹ tuổi đôi mươi đang học chung với chúng con tại căn cứ Sheppard Air Force Base - phần đông trông họ to xác, dềnh dàng trong bộ đồ lính mang hai chữ US nơi túi áo nhưng tâm tính họ chân chất, dễ thương, thông minh, nguyên tắc và ham học. Tuổi trẻ Mỹ khi bước chân vào Đại học thường dựa vào sở thích và niềm đam mê để chọn các ngành triển vọng, có phúc lợi và thu nhập cao như các Ngành y, kỹ thuật, khoa học, kinh doanh...

Do vậy, con đã không ngạc nhiên khi truyền thông cả thế giới rầm tộ đưa tin Neil Armstrong quốc tịch Hoa kỳ, chỉ huy của phi hành đoàn Apollo 11 là phi hành gia đầu tiên đặt chân lên mặt trăng của trái đất lúc 10:56 tối ngày 20 tháng 7 năm 1969. Ngay sau khi Phi thuyền hạ cánh thành công tại Biển Mare Tranquillitaris, ông đã thốt lên: *"Đây là một bước đi nhỏ của một con người, nhưng là một bước đi khổng lồ của nhân loại."*

Khi nói về nước Mỹ ai cũng nói, nước Mỹ là thiên đàng của thế gian, là đất đào tạo nhân tài thế giới. Riêng con, thiên đàng là quê hương, là quê cha đất tổ, là nơi Mẹ đã sinh con và nuôi con thành người. Địa ngục là cuộc nội chiến tương tàn đang dẫm nát quê hương, dẫm nát quê cha đất tổ là nơi Mẹ đã sinh con và nuôi con thành người... Mẹ ơi, con cầm súng để bắn ai? Abraham Lincoln, Tổng thống thứ 16 của Hoa Kỳ, lãnh đạo trong cuộc nội chiến Nam Bắc và là một trong ba vị tổng thống vĩ đại nhất nước Mỹ đã nói: *"Khi viên đạn xuyên vào một người lính dù thuộc bên nào đi nữa, thực ra nó xuyên vào trái tim người Mẹ. Tại sao lại ăn mừng chiến thắng? Những kẻ thua trận chẳng phải là đồng bào của chúng ta hay sao?"*

Nói đến "thiên đàng" con chợt nhớ đến các xứ sở "địa ngục" mà con đã đọc được một số tài liệu nói về các quốc gia Nam Mỹ ở thư viện nhà trường hôm qua.

2.

60 CUỘC ĐẢO CHÁNH, 70 TỔNG THỐNG, 11 HIẾN PHÁP

Mẹ ơi, con đã bàng hoàng đến lạnh người khi biết được

các người lãnh đạo những xứ sở nhỏ bé đó không sống để hướng quần chúng và quân đội về phía công lý mà sống để gieo rắc đau thương cho quần chúng và đem quân đội phụng sự cho cái ta của mình.

Thưa Mẹ, có thể gọi các quốc gia Nam Mỹ là các quốc gia sống để đảo chánh. Sống để chờ chực khói lửa, chết chóc, nghèo đói và thù hận. Thật không thể tưởng tượng nước Bolivia độc lập từ năm 1825, vỏn vẹn 4.804.000 dân nhưng đến nay Bolivia đã có hơn 60 cuộc đảo chánh, 70 Tổng thống, 11 hiến pháp. Chính việc đảo chánh và thi nhau cầm quyền giữa những người lãnh đạo (!?) sống dựa vào quyền lực và loạn binh ở những xứ sở này đã đem lại một thảm cảnh vô cùng tối tăm cho xã hội và rối rắm trong việc điều hành đất nước.

3.
CUỐN PHIM QUAY CHẬM, BUỒN THẢM

Thưa Mẹ, qua tài liệu như một cuốn phim quay chậm, buồn thảm:

01. Về phía chính quyền:

Tập trung mọi quyền hành trong tay một người và sửa đổi hiến pháp để trở thành Tổng thống vĩnh viễn. Quân đội cai trị không giới hạn (rule indefinitely) và tăng cường lãnh đạo bằng quân sự. Hủy bỏ chánh đảng và các cuộc phổ thông đầu phiếu (xứ Brazil...). Xây dựng nền độc tài bằng một lực lượng cảnh sát mật vụ (xứ Haiti...). Dựa vào thế lực nước ngoài (xứ Guatemala...). Không tôn trọng Hiệp ước (xứ Costarica, Guatemala, Honduras, Nicaragua, Salvador...).

02. Về phía đối lập:

Đẩy mạnh phong trào du kích đề phát động một cuộc chiến tranh cách mạng (a revolutionary war) có ảnh hưởng Cộng Sản (a guerrilla movement mounted from Cuba - xứ Bolivia...). Các chánh đảng đối lập thường xuyên bất hợp tác với chính quyền (xứ Paraguay...).

03. Về phía quân đội:

Bất mãn, chia rẽ và nổi loạn (xứ Brazil, Haiti...). Nội các quân nhân thường do nhiều phe phái nắm giữ (xứ Brazil...)

04. Về phía nhân dân:

Nhiều cuộc đình công dữ dội và phát sinh phong trào Cách mạng quốc gia tả phái. Sự thất nghiệp trầm trọng của thợ thuyền (xứ Bolivia...). Dân chúng nổi loạn đặt bom cướp nhà băng, chiếm giữ đài phát thanh, bắt cóc các nhà ngoại giao (xứ Brazil...).

3.
CHÍNH NGHĨA VÀ PHI NGHĨA

Thưa Mẹ, Quân đội là sức mạnh của quốc gia. Quân đội chiến đấu vì chính nghĩa. Toàn quân như một, phải kiêu hãnh trong bộ quân phục. Phải ngẩng cao đầu khi cầm súng diệt giặc bảo vệ quê hương. Người lính hy sinh để xứ sở phồn thịnh, để đồng bào có cơm ăn áo mặc, để xã hội hết đi những bất công, để mại dâm không còn là một nghề, để tuổi thơ không mất mát... Người lính gắn liền với số phận đen bạc hay huy hoàng của dân tộc. Người lính không gắn liền với hận thù và phe phái. Nhưng thưa Mẹ, với các quốc gia Nam Mỹ, quân đội là riêng của một người, một quyền lực, một con đường tiến tới nắm chính quyền và tiêu diệt các thế lực chống đối bất cứ ai và bằng danh nghĩa nào.

Mẹ ạ, không thấy được và không nhìn được tận mắt, nhưng qua những trang báo, trang sách đã nói về các quốc gia Nam Mỹ vẫn đủ làm con chết lặng khi mường tượng đến sự lầm than cơ cực và nỗi hãi hùng của người dân ở đó.

(Texas 1969)

ĐỂ XỨNG ĐÁNG LÀ CON CỦA MẸ

1.
ĐI, VIẾT, SỐNG VÀ HỌC

Trong lá thư hôm qua Mẹ viết: *"Gần một năm ở Mỹ chắc con đã học hỏi và tiến bộ được nhiều..."* Mẹ ơi, lời Mẹ đã làm con đau lòng khi nghĩ về sự hiểu biết và tiến bộ của mình chỉ là vài giọt nước trong bể cả. Thưa Mẹ, đến bây giờ con vẫn chưa đủ nhận thức để phân định mọi sự. Con không thể *"Nhìn cái trứng đã tưởng tượng, hiểu rõ về con chim." (1)* Con cũng không thể là *"Con rồng non mà đã cuộn bay lên cao vượt sức của nó." (2)* Thưa mẹ, đó là lí do lúc này hơn lúc nào hết, con càng muốn đi, viết, sống và học. Càng đi, viết, sống và học, trí tuệ của con càng phấn chấn. Sự trải nghiệm càng sáng lên, cháy hồng trong trí não. Nói theo Gandhi nếu không, con sẽ bị cuốn chìm trong những ngọn nước mà không hề đo được bề sâu.

Thưa Mẹ, con muốn đi. Đi cho thấy những khác biệt giữa tự do và nô lệ, giữa công bằng và áp bức, giữa vinh hoa và khốn khổ. Con muốn viết, viết cho hết những đớn đau của xã hội, những bất hạnh của con người, cho đến những ước vọng mà con đang có. Viết không lách, viết trung thực với lòng thành tâm của người cầm viết. Thưa Mẹ, con muốn sống và học. Sống và học để thắp lên cho chính mình một ngọn lửa. Một ngọn lửa từ một ý thức sáng suốt không huyễn hoặc, mê lầm.

2.
TÌNH THƯƠNG.
HAI CHỮ
RẤT ĐỖI BÌNH THƯỜNG
NHƯNG RẤT ĐỖI THIÊNG LIÊNG

Thưa Mẹ, Mẹ hỏi con nghĩ gì giữa không khí rộn ràng của người Việt Nam trong niềm mơ ước hòa bình sau những năm tháng ròng rã vì chiến tranh. Với con, chiến tranh Việt Nam không thể nào tàn lụi khi hai miền Nam Bắc vẫn còn chia cắt. Hòa bình không bao giờ có được khi người Việt Nam vẫn còn chết chóc, hận thù. Ngưng bắn dù dưới hình thức nào, theo giáo sư nguyễn Văn Trung, thầy của con ở Đại học Văn Khoa, vẫn có thể chỉ là một "hiệp định" dừng chân tạm thời của cả đôi bên khi cả hai đều mõi mệt hay đang cùng gặp khó khăn nội bộ. Cũng có thể thúc đẩy từ chiến thuật quỷ quyệt vừa đấu tranh vừa thỏa hiệp. Đó chỉ là *"Một nhượng bộ chiến thuật mà vẫn không ngừng tiếp tục chiến tranh bằng những phương tiện khác..."(3)*

Thưa Mẹ, lúc này hơn lúc nào hết, người người Việt

Nam như một, phải sáng suốt nhận chân một sự thật. Một sự thật não nùng của một cuộc nội chiến bi thảm và dai dẳng mà mỗi chúng ta đã góp phần gây tội. Vâng, gây tội cho một quê hương đầy dẫy hận thù và chia cắt.

Mẹ ơi, chúng ta phải cứu lấy quê hương ngay bây giờ bằng hai chữ *"Tình Thương".* Hai chữ rất đỗi bình thường nhưng rất đỗi thiêng liêng. Thể hiện phẩm chất và tâm hồn cao quý của người Việt Nam. Vâng, *"Tình Thương"* - nếu giờ nào, ngày nào người Việt Nam chúng ta vẫn chưa thương yêu nhau thì ngày ấy, giờ ấy dù đã nghe *"ngưng bắn",* đã nghe *"hòa bình"* thì chiến tranh vẫn sẽ tiếp tục. Và nói theo đức Phật: *"Kẻ chiến thắng thì nuôi thêm hận thù còn người nằm xuống thì trong đau khổ."*

Ngưng bắn và hòa bình đích thật sẽ đến. Đến không do bên ngoài mà do tâm nguyện của chính chúng ta. Có vậy, mới giải thoát được mọi đau khổ từ chính chúng ta gây ra và như vậy: *"Ta biết là ta đã chuyển từ sự chết đến sự sống, ấy là vì ta yêu mến anh em. Kẻ không yêu mến thì vẫn còn trong sự chết. Kẻ nào ghét anh em mình là kẻ sát nhân. và anh em biết: hễ kẻ nào sát nhân, thì trong mình không có sự sống đời đời." (4)*

Thưa Mẹ, trong cuộc chiến mà kẻ thắng, người bại đều là người Việt Nam, thì chúng ta không thể nào yêu chuộng súng đạn. Vì súng đạn không là ngọn đuốc đưa quê hương đến thanh bình. Thanh bình thật sự chỉ đến bằng chính ngọn đuốc được tôi luyện và bừng sáng đích thật từ tình thương. Thương đồng bào và thương tổ quốc Việt Nam.

3.

MẸ LÀ ĐẠO, LÀ ĐƯỜNG CON ĐI

Thưa Mẹ, cũng vì tình thương. Cái tình thương nguyện hiến đời mình cho lớp người cùng khổ, cho một xã hội Việt Nam công bằng và bác ái. Cái tình thương không đến: *"Bằng lời suông, bằng môi miếng, nhưng là bằng việc làm, cách thiết thực" (5).* Trong tầm tay với của con, Mẹ ơi con không thể nào thay đầy dẫy những nhà tù thành những trường học, đầy dẫy những ngôi chùa thành những bệnh viện. Cũng không thể nào mang lại một đời sống ấm no cho đồng bào dù đó là một kỳ vọng của đời con.

Nhưng, bằng những việc làm thiết thực bắt đầu từ tiền lời có được do mọi tác phẩm của con, con nguyện sẽ dùng làm quỹ, cấp thời như cứu giúp đồng bào tị nạn, cấp học bổng trung học hàng năm cho học sinh nghèo hiếu học, đến những việc làm lâu dài như mua đất lập *Làng Cô nhi Thương Yêu,* xây dựng *Trung tâm Sinh hoạt Thanh Thiếu Niên Việt Nam*. Và tiến tới thành lập Phong trào *"Anh Em NGƯỜI TRẺ VIỆT NAM - Phụng sự Văn hóa và Xã hội."* Vì lẽ đó, như con đã thưa với Mẹ, lúc này hơn lúc nào hết con càng muốn đi, viết, sống và học. Đi, viết, sống và học theo tâm nguyện mà con đã khắc ghi: *"Mẹ là Đạo là đường con đi."*

Thưa Mẹ, sự sung sướng và niềm hạnh phúc của đời con là đem lại sự sung sướng và niềm hạnh phúc cho kẻ khác. Con sẽ khổ sở và đớn đau nếu không mang được đời sống công bằng và bác ái cho lớp người cùng khổ. Và, thưa Mẹ, sự làm việc của con từ bao giờ đến bây giờ vẫn không hề mong sẽ được trả ơn của một ai kể cả Thượng Đế, ngoài mỗi ước ao vừa kể để xứng đáng con là con của Mẹ, và chúng ta chính thật là những người Việt Nam.

(Oklahoma 1970)

---

(1) Herry-Heine

(2) Vũ-Tài-Lục, Thủ đoạn Chính trị, trang 138

(3) (Bổ sung trong lần tái bản năm 1974). Theo Thông Điệp dài 40 phút của TT Nguyễn Văn Thiệu gửi đồng bào toàn quốc nhân ngày 1-11-73 đã khẳng định cái gọi là Hiệp Định Ngưng Bắn (27-1-73):

- Thật sự là không có ngưng bắn gì hết.

- Thật sự là không có hòa bình gì hết.

- Thật sự là chiến tranh nóng bỏng lại còn có thể tái phát.

TT Nguyễn Văn Thiệu còn nhấn mạnh:

- Suốt trong lịch sử thế giới gần đây, không một quốc gia nào chịu đựng một cuộc chiến tranh dài nhất như miền Nam chúng ta.

- Cũng trong suốt lịch sử thế giới gần đây, không có một quốc gia nào sau khi chiến tranh gọi là đã kết thúc, có ký kết ngưng bắn, hòa bình, mà lại còn phải ở trong tình trạng nửa chiến tranh nửa hòa bình như miền Nam chúng ta.

(4 & 5) Kinh Thánh, Thư I Thánh Yoan.

Logo Phong Trào:
Anh Em NGƯỜI TRẺ VIỆT NAM
- Phụng sự Văn hóa và Xã hội,
thành lập tại Mỹ năm 1970
(3 hình người tượng trưng cho
Trung, Nam, Bắc Việt Nam)

MẸ ƠI! KHÔNG KHÉO, SẼ DO CHÍNH CON THỔI TẮT NGỌN NẾN NÀY

1.
THƯ CỦA MẸ

Thưa Mẹ, những lá thư Mẹ gửi, con đều nhận được và cất giấu dưới gối để hàng đêm đọc lại, đọc mãi đến thuộc lòng. Chiều nay, vừa đi học về nhận được thư Mẹ. Mừng quá là mừng. Con nhảy lên hát vang như người điên. Thư Mẹ viết:

"Phương con, Má vừa nhận được thư con lúc 8 giờ sáng nay. Má mừng lắm. Đó là một món quà quý giá, vì đã hơn tháng nay, Má chẳng nhận được thư nào của con. Suốt thời gian đợi chờ thư con, Má đã sống trong lo âu, hồi hộp vì không biết con đau ốm hay đã dời nơi học qua tiểu bang khác.

Phương con, bữa nay sức khỏe con thế nào, có lên được ký nào không? Sao con làm biếng quá hở Phương? Nhận được thư con, Má mừng không kể xiết. Xé bao thư, trong thư chỉ có mấy hàng chữ. Thư sau con nhớ viết thật dài để

Má đọc cho đỡ nhớ con nghe Phương. Những hôm nay ở Đà Nẵng gần như pháo kích hàng đêm. Má nằm mà nhớ con.

Phương con, con ráng lo học, ăn ngủ điều độ, giữ gìn sức khỏe, thường xuyên viết thư và gửi ảnh về cho Má mừng. Con là niềm hy vọng và sự sống của Má. Má Ngâm của con".

2.
VỚI MẸ KHÔNG CÓ SỰ SỐNG HAY CHẾT CHO RIÊNG MÌNH

Thưa Mẹ, thư Mẹ con vừa nhận được chiều nay, bây giờ con đã thuộc lòng. Với Mẹ không có sự sống hay chết cho riêng mình, mà chỉ có sự sống hay chết của con. Với Mẹ không sự cao sang hay thấp hèn cho riêng mình mà chỉ có sự sống hay chết của con. Với Mẹ, muôn trùng khổ cực. Con làm sao viết hết với trí não bé mọn trước tình thương bao la của Mẹ. Mẹ đã đánh đổi một đời cơ cực để nuôi con thành người.

Con phải sống ra sao và làm những gì để xứng đáng là con của Mẹ. Đó là niềm khắc khoải và âu lo triền miên trong con trước tuổi già của Mẹ, như ngọn nến trước gió. Không khéo, sẽ do chính con thổi tắt ngọn nến này. Mẹ ơi!

3.
GIỮA SỰ IM VẮNG, LẠNH LÙNG CỦA ĐÊM XUỐNG

Thưa Mẹ! Nghe Mẹ nói những hôm nay ở Đà Nẵng gần

như pháo kích hằng đêm. Con chợt nhớ trưa nay lật tờ báo Time với những hình ảnh thảm não của các trận đánh ác liệt ở Mỹ Lai, Dakson... Đó, một lính Mỹ bị thương máu tuôn dầm dề. Kia, một thường dân Việt Nam chết trước cửa nhà. Nọ, những chiếc trực thăng là là giữa một bãi đất với nhà cửa đổ nát, dau thương. Và đấy, những người Thượng nằm chết cong queo, trần truồng như bầy heo bị thui đen...

Mẹ ơi! Con đứng dậy. Nhắm mắt và lắc đầu nhiều lần cho mọi ý nghĩ đen tối được cắt đứt. Qua cửa sổ kính, từng giọt mưa đá lạnh thấu xương đánh lốp cốp vào mặt kính giữa sự im vắng, lạnh lùng của đêm xuống.

(Ohio 1970)

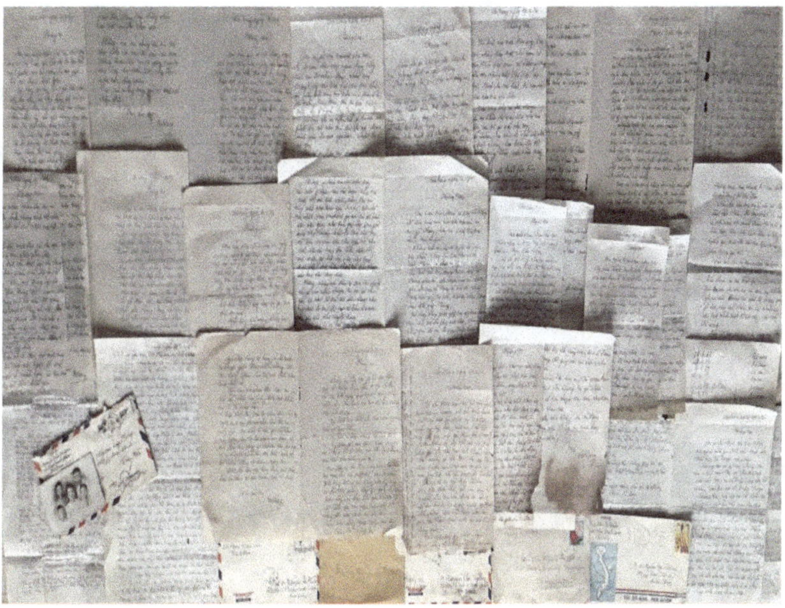

Thư của Mẹ gửi dạy dỗ Phương Tấn suốt bao năm.

TUYẾT,
Ô TUYẾT, Ô TUYẾT!

1.

BUỐT ĐẾN XƯƠNG DA

Con đã từ bang Texas qua Ohio để vừa học vừa thực tập giảng dạy suốt mấy tuần nay và không hề có thư cho Mẹ. Sự lười biếng của con đã làm Mẹ buồn và lo nhiều hở Mẹ? Con có lỗi với Mẹ nhiều lắm.

Mẹ ơi, con đọc thư của Mẹ giữa lúc tuyết bay đầy trời, trùm kín cả mặt đất. Xe cộ, nhà cửa, đường xá, phi cơ phủ đầy những tuyết. Tuyết hôm nay đọng cao đến đầu gối. Cỏ đã chìm sâu dưới tuyết. Trời lù mù nhưng đôi mắt con lại bị chói bởi màu trắng của tuyết. Con của Mẹ ngoài ba bốn lớp quần, năm sáu lớp áo lại tròng thêm chiếc áo lông thú phủ đến đầu gối và che kín đầu cổ. Nặng muốn trĩu người xuống và dềnh dàng như người rừng. Riêng chân của con ngoài đôi giày tây còn được tròng thêm đôi giày ống nặng trịch. Nhưng thưa Mẹ, cơn rét vẫn ác ghê, cứ len lỏi vào từng kẽ nhỏ của da thịt làm buốt đến xương đó Mẹ.

2.

HỈ MŨI RA MÁU

Thưa Mẹ, thời tiết ở đây thường dưới không độ. Có hôm mười độ dưới không độ. Hơi thở phà vào mặt kính đóng thành băng ngay. Lắm hôm nước mũi chảy ra, chút xíu sau đã trở thành nước đá hay đóng thành vòi trên mũi. Thật khổ, vào những hôm đi học quên mang găng tay, đôi bàn tay con vừa rút ra khỏi túi đã không thể nào bỏ vào lại. Lạnh quá, làm con líu quíu. Đôi bàn tay bỏ vào túi như người mù sờ voi. Khổ hơn nữa, nếu phải đi ra ngoài trời chút xíu thôi, lúc vào nhà hai vành tai che không kín sẽ bị đỏ ửng, cứng ngắt, tưởng chừng đông thành đá và chỉ cần búng nhẹ, hai vành tai sẽ bị gãy ra.

Thưa Mẹ, vào những hôm lạnh quá hay tuyết nhiều, mọi trường ở Ohio được phép đóng cửa, chúng con được nghỉ học và thực tập giảng dạy. Ở đây, chúng con ra khỏi cửa đã có xe. Trong xe cũng như ở nhà đều có máy điều hòa để giữ gìn sức khỏe nhưng rốt cùng, một anh bạn người Việt Nam vừa đến Ohio đã vào nằm liệt giường ở bệnh viện. Riêng chúng con đều hỉ mũi ra máu. Máu lênh láng trong lavabo mỗi sáng lúc rửa mặt đến phát khiếp. Nhưng, cái gì rồi cũng quen. Đến hôm nay, máu ở mũi của con ra ít hơn và cũng như các bạn cùng lớp, con đã chịu được lạnh. Riêng tuyết tự bao giờ đến bây giờ vẫn là hình ảnh tuyệt diệu trong con.

3.

TUYẾT, Ô TUYẾT, Ô TUYẾT!

Ngộ nghĩnh quá Mẹ ơi, một buổi sáng trong những ngày đầu tiên ở Ohio, chúng con đang ngồi học, Giám thị nhà trường vào bảo chúng con kéo mành ở các cửa sổ lên, con không biết chuyện gì. Lúc những bức mành được kéo lên, ngoài trời những chấm trắng, nhỏ líu xíu bay đầy như châu chấu. Một anh bạn kêu lên: *"Tuyết!"* Những tiếng kêu: *"Tuyết! Tuyết!"* nối nhau trong anh em chúng con. Rồi không kể gì đến giám thị, đến thầy giáo, chúng con ùa ra tứ phía, mắt dán vào cửa kính và đồng thốt lên: *"Tuyết, ô Tuyết, ô Tuyết!"* Tuyết bay trong trời như ngàn sao lấp lánh, như muôn hoa đang nở và như chim những chim. Thoạt đầu, tuyết bé tí tẹo xong lớn dần ra. Mắt tuyết mỗi lúc một to và trắng lóng lánh trên mái ngói, xe cộ, cửa kính, cỏ cây, đường xá... Ôi cùng khắp ngoài kia! Tuyết! Những tuyết!

Chúng con tung cửa chạy ra ngoài. Con tung tăng và ngửa mặt đón tuyết. Tuyết vuốt ve mặt con và đáng yêu quá! Tuyết trắng xóa và vãi cùng khắp thân thể con như hoa, những hoa. Tuyết đang đến trong đời con thật tuyệt diệu. Con cúi xuống vốc nắm tuyết đọng trên cỏ. Tuyết trong lòng tay như bọt đá bào. Con ép mạnh, tuyết lào xào như những tiếng kêu van nho nhỏ trước khi đông cứng thành đá. Chúng con đang vốc tuyết phả vào mặt nhau cùng chuỗi cười bay trong trời tuyết ở Ohio.

4.

LÀM THƠ TẶNG MẸ

Ôi! Vui như những hạt nắng mai bay đầy trong lòng con cùng những cánh diều vòng lượn trong gió giữa quê nhà... Mẹ ơi, con làm thơ tặng Mẹ đây!

TUYẾT,

Ô TUYẾT, Ô TUYẾT!

Tuyết, ô tuyết, ô tuyết!
Cưng rất cưng của ta
Em đến hoa là hoa
Hoa bay như chim ấy
Chim, ơi chim, ơi chim!

Em hót trong tay ta
Cười sáng trên mái ngói
Ấp trắng cỏ như sao
Ta ngã lòng tuyệt vui.

Ta ngậm chim trong miệng
Chim khóc thành nước mưa
Ta cắn chim trong miệng
Chim kêu buốt những răng.

Chim là hoa là tuyết
Ơi tuyết của ta ơi
Ta thương mình rất mực
Xin ngã lòng tuyệt vui.

Và ngã lòng tuyệt vui.

(Clinton County Air Force Base, Ohio 1970)

Tuyết ở Ohio.
(Ảnh sưu tập)

ELEANOR H-HICKERSON - NỮ KÝ GIẢ NGƯỜI MỸ DA ĐEN VỚI TRÁI TIM BÁT NGÁT HÀO KHÍ

1. DÙNG NGÒI BÚT ĐỂ ĐẤU TRANH CHO LẼ PHẢI

Thưa Mẹ, bà Eleanor H-Hickerson là một nữ ký giả người Mỹ da đen 48 tuổi, tốt nghiệp Đại học Wilberforce, đang cộng tác với tạp chí da đen Ebony (Johson-Publication) và viết thường xuyên cho các báo Journal-Herald, Xenia-Daily, Dayton-Daily... về đề tài bất công xã hội, kỳ thị màu da, quyền phụ nữ... Bà mơ ước một thế giới đầy tình thương và một xã hội công bằng. Thưa Mẹ, con quý trọng bà ở nhân cách, tài năng và hơn hết là một ký giả đặt trọn cái tâm ở ngòi bút. Bà thương và nhận con làm con trai của bà Mẹ ạ.

Mẹ ơi, trong nhiều bài viết gần đây, bà phản đối những người Mỹ da đen đấu tranh bằng mồm, quá khích, chia rẽ và quan trọng hóa màu da (black militants, black power, black separatists, black loudmouths). Nhiều người Mỹ không thích bà. Con nghĩ, họ không ưa bà vì không hiểu được bà. Không hiểu được lòng yêu nước lẫn tình đồng loại, chân thành và thiết tha của bà. Suốt những tháng ngày được sống cạnh bà, được tâm sự cùng bà, bà đã mổ xẻ sâu sắc về ý thức hệ Quốc - Cộng, về chủ nghĩa Cộng Sản, giúp con thấy được sự khổ đau lồng lộng ở quê hương Việt Nam vì ngoại bang và bánh vẽ.

Thưa Mẹ, bà thường hỏi con tại sao những người Việt Nam yêu nước không biết xóa bỏ dị biệt chính trị, tham vọng cá nhân, quyền lợi riêng lẻ để cùng chung lòng kiếm tìm một giải pháp hữu hiệu từ lòng dân tộc, để hàn gắn đất nước sau những đau thương và tan vỡ của chiến tranh. Tại sao người Việt Nam không biết thương yêu và tin tưởng nhau để phải thương yêu và tin tưởng kẻ khác. Mẹ ơi, bà Eleanor là một ký giả có trái tim bát ngát hào khí, yêu thương tha nhân như chính mình. Suốt đời bà dùng ngòi bút để tranh đấu cho lẽ phải. Theo con, nơi nào có đau thương có tang tóc có bất công, nơi đó có tiếng nói của người cầm bút chân chính như bà.

Bà Eleanor đã cho con liên tưởng đến một Lutherking, một Bernafall... - những người Mỹ làm kiêu hùng nước Mỹ. Vì đại nghĩa, họ đấu tranh và sẵn sàng hy sinh.

Thưa Mẹ, sự mật thiết giữa con và bà Eleanor hình như là một điều kỳ quặc trong mắt nhiều người, nhất là các thầy giáo và anh em Việt Nam cùng lớp. Con không phiền trách họ, cũng không phiền trách con. Con thương yêu, thấu hiểu sự suy nghĩ nghịch chiều của họ về con và bà Eleanor.

2.
ĐỂ ĐƯỢC HẠNH PHÚC

Mẹ ơi! Nữ ký giả Eleanor đã ghi lại một câu mà bà thường nói với con về giải pháp kết thúc chiến tranh Việt Nam trong tập thơ *"Dare To Be Happy"* của tác giả Helen Lowrie Marshall mà bà đã mua tặng con sáng nay: *"May be some great mind can find a solution and the war will end very quickly. All wars end, and that is all we have to comfort us."* Theo ý bà để có hạnh phúc, những người yêu nước chân chính có thể tìm ra một giải pháp kết thúc nhanh cuộc chiến. Chiến tranh kết thúc, đó chính là niềm kỳ vọng của chúng ta. Cảm động quá! Con đã viết một bài thơ tặng bà:

VỀ MỘT NGƯỜI ĐÀN BÀ SAY

Ở THÀNH PHỐ XENIA, OHIO

Cạn chén vờ như say
Vờ say chưa cạn chén
Ai dễ biết người say
Chân tâm, đời không thẹn.

Ôi có thật chiến tranh
Rồi có ngày cũng hết
Ôi có thật rượu ngon
Dại chi kiếm bạn hiền.

Ai dễ biết người say
Một chén một chén nữa
Người say, nào ai hay
Một chén một chén nữa.

Ôi có thật chiến tranh
Rồi có ngày cũng hết!

3.
CHIẾC BÓNG ÂM THẦM TRONG ĐÊM KHUYA KHOẮT

Mẹ ơi! Có phải con đang đi như chiếc bóng âm thầm trong đêm khuya khoắt từ bấy lâu. Có phải con đã chịu đựng sự hiu quạnh, chà xát nỗi cô đơn mỗi lúc một nhiều quanh một cuộc sống đầy phũ phàng và ngao ngán. Hình như những khát vọng cùng những suy nghĩ và hành động khác thường của con không ai, không một ai thấu hiểu và chia sẻ. Với họ, tất cả đó gần như không thật, chỉ kéo lê đời mình theo chuỗi ngày cằn cỗi, cô độc và không tưởng.

(Xenia - Ohio 1970)

Nữ ký giả da đen Eleanor H-Hickerson mua tặng Phương Tấn tập thơ "Dare To Be Happy"của tác giả Helen Lowrie Marshall với lời đề tặng: "May be some great mind can find a solution and the war will end very quickly. All wars end, and that is all we have to comfort us."

MỘT NGHĨA ĐỊA KHỔNG LỒ KHÔNG BIA MỘ

1.
CHÍNH NÓ, CHIẾC BOEING B29

Thưa Mẹ sáng hôm nay, con và các bạn cùng lớp được nhà trường đưa đến thăm Bảo tàng Không Quân (Air Force Museum). Bảo tàng gần thành phố Fairborn thuộc căn cứ Wright-Patterson, tiểu bang Ohio. Xe vừa đến cổng, con đã thấy một hỏa tiễn cao vòi vọi mà đầu hỏa tiễn được gắn khuôn mặt ông già Noel hiền hậu. Giáng Sinh còn đến mười ngày nhưng hầu như cả người và cảnh vật ở Ohio đều tươi vui đến lạ. Một năm mới an vui và đầy phước lộc sắp đến cho mọi nhà trong đêm Chúa ra đời.

Vừa ra khỏi xe, con đã choáng váng, lạnh cóng như cắt da cắt thịt. Lạnh làm con tưởng mình sắp đông lại thành băng. Mặt đất trắng xóa những tuyết. Nước từ các ống dẫn dưới đường cũng như trên cao đã đông cứng. Đôi chân con nặng trịch. Nặng đến nỗi con hết nhấc lên được, không khác hai tạ sắt được móc dưới hai cẳng chân. Cố gắng lắm, con mới kéo lê được từng chút, từng chút một hai tạ sắt đông lạnh và tê dại đó.

Mẹ ơi! Phi cơ có chiếc ngắn cũn cỡn, có chiếc dài thườn thượt, có chiếc gắn cánh quạt đằng trước, có chiếc gắn cánh quạt đằng sau. Và, như những tấm bia trước những ngôi mộ, trước mỗi chiếc phi cơ đều được gắn một tấm biển ghi tên tuổi ngày tháng cùng một thời "vàng son" trước khi "nằm xuống". Tất cả đó đang nằm im lìm và buồn hiu giữa băng tuyết.

Thưa Mẹ, con dừng lại trước chiếc Boeing B29 Bock's Car - chiến đấu cơ cuối cùng của không lực Hoa Kỳ đã thực hiện 121 phi vụ chiến đấu tại Cao-Ly, đã ném 2.500.000 tấn bom vào các mục tiêu và được mệnh danh là siêu pháo đài bay (superfortress).

Và chính nó, chiếc Boeing này đã thả trái bom nguyên tử thứ hai (Fat man) xuống thành phố cảng Nagasaki của Nhật vào sáng ngày 09 tháng 8 năm 1945 sau chiếc Boeing B29 Enola Gay thả trái bom thứ nhất (Little Boy) vào sáng ngày 06 tháng 8 năm 1945 xuống thành phố quân sự và công nghiệp Hiroshima. Cả hai vụ nổ bom nguyên tử ở hai thành phố đã để lại một thảm kịch tang thương và kinh hoàng trong lịch sử nhân loại. Giết chết trên 200 ngàn người và gần 90% nhà cửa, công trình bị hủy hoại, là một trong các nguyên nhân chính buộc Nhật đầu hàng và kết thúc đệ-nhị-thế-chiến.

2.
ĐỊA NGỤC
TỪ HAI QUẢ BOM NGUYÊN TỬ

Theo ký giả Frank-W-Chinnock của tạp chí Constellation thì xác chết trôi lềnh bềnh trên mặt biển dọc theo bờ của thành phố Nagasaki. Trên các tường, các bậc thang, các vỉa hè... in đậm dấu hình, vết bóng những nạn nhân bị chết cháy. Những người trong cơn hấp hối vì bỏng nặng, lộ cả nội tạng lê lết đi tìm nước uống rồi gục chết tại chỗ. Trong lúc ấy, Hội đồng thành phố Nagasaki phải đương đầu một cách não nùng với thảm họa. Đường điện tín bị cắt đứt, điện lực không còn, hai nhà ga bị hủy hoại, lửa cháy khắp nơi. Ngoài đường phố, gạch ngói, nhà cửa đổ nát ngổn ngang mỗi lúc một dữ dội làm tê liệt lưu thông.

Và chính giữa thảm kịch kinh hoàng không khác *"Một nghĩa địa khổng lồ không bia mộ"* - từng bầy, từng bầy người lạc cha, mất mẹ, bị thương, máu me, vất va vất vưởng. Cũng theo ký giả Chinnock người chết khắp cùng thành phố. Người chết nằm lẫn lộn với xác heo, gà, chó, ngựa... Hội đồng thành phố phải huy động công nhân xưởng đóng tàu Mitsubishi dựng ngay lò hỏa táng và thiêu xác. Và mỗi khi từ lò hỏa táng về lại xưởng, để làm dịu thần trí công nhân - Ban quản đốc của xưởng đóng tàu đã mời mỗi người uống một ly rượu sake.

Về số phận những người sống sót, theo ký giả Chinnock cho biết, mọi người thường lánh xa những kẻ sống sót trong hai thành phố Hiroshima và Nagasaki sau hai quả bom nguyên tử được thả xuống. Từ công ăn việc làm đến chuyện gã vợ lấy chồng, họ đều gặp khó khăn. Người ta nghi ngờ trong máu những kẻ sống sót đều có bệnh do vi trùng từ bom nguyên tử.

Do vậy, những kẻ bất hạnh trong hai thành phố này thường phải thay tên đổi họ. Theo ký giả Chinnock thì người sống trong một vòng tròn bán kính 20 cây số từ chỗ bom nổ, tỷ số bệnh mất máu lên rất cao cùng những bệnh ung thư giáp trạng, mắt có màng, tróc da, sẹo lồi, điên khùng, giảm thọ, già trước tuổi, sợ ánh sáng. Ước tính sau ngày nổ bom tại hai thành phố, không dưới 100 người chết hàng năm do vết thương và nhiễm độc phóng xạ. Những nạn nhân sống sót ở hai thành phố hứng bom nguyên tử được gọi là Hibakushya. Họ được hưởng chế độ chăm sóc đặc biệt.

Và, giữa lòng thành phố Nagasaki mười năm sau, ngày 0 9 tháng 8 năm 1955 lúc 11 giờ 2 phút dưới chân tượng cao 10 mét mang tên *"Nguyện-Cầu-Cho-Hòa-Bình"*, những em bé mồ côi vì quả bom Mỹ, mặt ngẩng lên lộ đôi mắt trong sáng, thả một đàn bồ câu. Những cánh chim vút cao trong trời mang theo hồn nhiên và bao dung của tuổi thơ thả vào lòng mọi người. Và từ đó vào ngày này hàng năm, đúng 8 giờ 15 phút sáng, thủ tướng Nhật Bản cùng thị trưởng thành phố Hiroshima đọc diễn văn mở đầu cho buổi lễ tưởng niệm được tổ chức tại khu tưởng niệm hòa bình Hiroshima.

3.
TỘI ÁC CHIẾN TRANH & TỘI ÁC CHỐNG LẠI LOÀI NGƯỜI

Thưa Mẹ, suốt buổi sáng, đầu óc con cứ lẩn quẩn hình ảnh hai quả bom. Hai quả bom như mãi nổ trong đầu óc. Mãi nổ giữa người chết, nhà cháy, khóc than và đất trời vỡ vụn. Và đêm qua, con đã chập chờn với những hình ảnh thật kinh hoàng. Một lúc con thấy mình chạy, như chạy giữa địa ngục. Đằng sau chiếc B29 trườn tới và rồi cả bầy chiến đấu cơ trườn tới. Lúc này không chỉ một quả bom nguyên tử thả xuống một thành phố mà hàng hàng lớp lớp bom nguyên tử đang đổ xuống cùng khắp thế gian.

Peter Kurzni – Giám đốc Viện nghiên Cứu Hạt nhân tại Đại học Châu Mỹ ở Washington đã viết về tổng thống Mỹ Harry S Truman - người quyết định thả hai quả bom nguyên tử xuống nước Nhật: *"Ông ta biết rằng ông ta đã bắt đầu một quá trình hủy diệt sự sống. Đó không chỉ là tội ác chiến tranh mà còn là tội ác chống lại loài người."* Mẹ ơi, thật xót xa!

(Fairborn – Ohio 1970)

Tổng thống Mỹ Harry Truman – người đã ra lệnh thả 2 quả bom nguyên tử xuống hai thành phố Hiroshima và Nagasaki.

Thảm họa trong hai thành phố Hiroshima và Nagasaki.

Thành phố Hiroshima hứng chịu
quả bom nguyên tử thứ nhất (Little Boy)

Thành phố Nagasaki hứng chịu
quả bom nguyên tử thứ hai (Fat man)

(Ảnh sưu tập)

CHIỀU XUỐNG CHẬM TRÊN CHIẾN ĐỊA TÀN

1. NẰM XUỐNG TRÊN KHẮP BỤI BỜ VIỆT NAM

Thưa Mẹ, con đang nghĩ đến việc in tập *"Thơ Tình Của Một Thi Sĩ Việt Nam Trên Đất Mỹ"* và tổ chức *"Đêm Thơ Phương Tấn"* lần thứ hai của con tại tiểu bang Texas khi quay về trường cũ. Nghĩ đến tập bút ký *"Hòa Bình, Ta Mơ Thấy Em"* đang viết dở dang. Nghĩ đến tháng ngày còn ở Mỹ. Và, nghĩ đến Mẹ.

Mẹ ơi! Trong bốn thằng con có lẽ con là người làm khổ Mẹ nhất. Theo Mẹ, con sinh ra chỉ có bảy tháng mười ngày, ốm yếu quá đỗi. Không một ai dám nghĩ Mẹ sẽ nuôi được con giữa nghèo đói và đơn độc của Mẹ. Nhưng vượt lên tất cả, Mẹ đã nuôi được con và con đã lớn dần lên trong lồng kính. Chiếc lồng mà Mẹ nuôi con khó hơn nuôi một con chim sâu nhỏ. Vậy mà nay, con đã lớn khôn vẫn làm khổ Mẹ. Khổ không vì con hút xách, đàng điếm mà khổ vì cái hoài bão mà con đeo đuổi. Cái hoài bão làm cho thần trí con lắm khi điên loạn, thân xác con héo mòn. Nhưng, hoài bão lại đầy ma lực và quyến rũ làm sao!

Khi con viết thư này gửi Mẹ giữa một căn phòng ấm cúng, tuyết xuống đầy ngoài kia thật thơ mộng và bình an thì ở quê nhà cuộc chiến vẫn sôi động và "người lính" lại tiếp tục nằm xuống trên khắp bụi bờ Việt Nam. Mẹ ơi, làm sao con không buồn và khóc một mình mỗi khi nghĩ đến...

2.
TRONG KHI CHIẾN ĐẤU NGƯỜI LÍNH ĐẾN "NƯỚC Ở VŨNG CỨT TRÂU" CÒN UỐNG ĐƯỢC NỮA LÀ

Thưa Mẹ, sau bao năm ròng rã vì chiến tranh, máu người lính đã chan hòa trên từng cọng rau, ngọn lúa và thấm sâu dưới lòng đất tổ tiên. Mẹ ơi, có phải chúng ta được sống, được hít thở, được nói năng và đi đứng là nhờ người lính đã hy sinh để chúng ta được sống. Nhờ trái tim người lính đã ngưng đập để chúng ta được hít thở. Nhờ đôi môi người lính đã khép lại để chúng ta được nói năng. Và, nhờ chân tay người lính đã không còn để chúng ta được đi đứng. Thưa Mẹ, sự hy sinh của người lính không hề phai nhạt trong tâm trí con dù ở bất cứ nơi đâu, vui sướng hay buồn khổ. Và chính họ, nói theo Douglas Mac Arthur, mới là người cầu nguyện hòa bình nhiều hơn bất cứ ai.

Mẹ ạ, từ nhiều năm con vẫn ước ao viết một tâm bút

nói cho hết lòng dũng cảm, nỗi chịu đựng và niềm chua xót của người lính trong cuộc chiến. Nhưng, cho đến nay vẫn bất lực. Bất lực vì lòng dũng cảm, nỗi chịu đựng và niềm chua xót của người lính đã vượt trên chữ viết, vượt trên tài trí con. Viết thế nào, ghi ra sao cũng không gói trọn được ý nghĩa ấy!

"Có phi công đi rồi không bao giờ trở lại, cũng có người về mà trên thân phi cơ lỗ chỗ đầy dấu đạn phòng không. Cũng có người khi an toàn trên bãi đậu rồi mới biết người xạ thủ phi hành của mình đã gục đầu trên cây đại liên mà chết tự lúc nào. Cũng có khi người hoa tiêu chánh bị đạn phòng không ngồi chết ngay ngắn trên ghế lái trong "tư thế còn sống". Cái chết thật đẹp. Đẹp như cái chết của Từ Hải mà người hoa tiêu phụ vẫn cố cắn răng để nước mắt mình lăn dài xuống má. Tiếp tục bay, thi hành cho xong sứ mạng đã rồi mới về. Cũng có người phải bỏ phi cơ giữa rừng để về bằng một phi cơ khác hoặc băng rừng lội suối đến năm, bảy ngày sau mới về với một thể xác đói khát và đầy thương tích." *(1)*

Và thưa Mẹ, khi "*Một đại úy phi công Hoa Kỳ trong bữa cơm ông ta đã ăn gần nửa ký thịt với bơ, sữa, hột gà, táo, nho rồi mới bước lên chiếc trực thăng võ trang Cobra mà cất cánh. Trong khi hoa tiêu Việt Nam cũng trước một phi vụ chỉ thổi hết một cái kèn làm bằng bột chín, rồi ngửa cổ uống ực nước lã trong bi-đông. Xong... cuốn võng leo lên ghế lái, bay vù vù, bay như điên." (2)*

Mẹ ơi, uống nước bi-đông là đã quý. Ngay trong khi chiến đấu, người lính đến *"nước ở vũng cứt trâu còn uống được nữa là." (3)*

3.

XÁC BẠN HAY XÁC THÙ? ĐÓ LÀ XÁC CỦA CON EM VIỆT NAM

Thưa Mẹ, nói đến sự hy sinh của người lính - sự hy sinh đã làm con không cầm được nước mắt khi đọc một đoạn phóng sự trên một tạp chí:

"Giữa quang cảnh tiêu điều thê lương của một chiều khi tàn trận. Xác người nằm đó ngổn ngang, có lẽ không nên còn mang trong đầu cái ý tưởng xác bạn hay xác thù. Đó là xác của con em Việt Nam. Thế thôi! Chẳng ai vui gì, kể cả đoàn quân vừa reo hò chiến thắng. Tôi nghĩ vậy, khi phải tận mắt chứng kiến cái quang cảnh rờn rợn này, trong giờ khắc cuối cùng của một ngày như hôm nay. Quanh đây, khi chiều sắp lịm tàn, những thây ma nằm đó, tôi có cảm tưởng cây lá cũng buồn huống hồ con người. Tôi thẫn thờ đứng nhìn buổi chiều xuống chậm trên chiến địa tàn." (4)

Mẹ ơi! Trong cái chiến tranh mà *"Cổ lai chinh chiến kỷ nhân hồi – Xưa nay chinh chiến mấy ai về"* như nhà thơ Vương Hàn thời Đường, Trung Hoa đã viết trong bài Lương Châu Từ là một ám ảnh hãi hùng nhất cho người sống. Ám ảnh càng lớn, hy sinh càng nhiều thì sự chết chóc càng dữ dội:

"Từ hướng Xa-Cam, một đoàn người gồng gánh, bồng bế nhau chạy loạn về hướng chúng tôi. Tức thì mấy quả đạn pháo kích được câu đến từ núi Gió rớt vào giữa đám người dân chạy loạn này, gây vô số người chết, vô số người bị thương. Có người bị thương cách đây vài hôm giờ lại bị thương nữa. Có những người sắp chết, muốn được chết cho

rảnh tay người thân chạy nạn thì bây giờ được chết.

"Trong số những người chết này, một cảnh tượng thật thương tâm đã xảy ra ngay bên bìa rừng cao su An Lộc:"Một người mẹ bồng đứa con khoảng sáu tháng bị mảnh pháo kích phá vỡ khuôn ngực và bà ngã ra chết liền tại chỗ. Đứa nhỏ không chết cũng không bị thương, nó bò lên bụng mẹ nó, khóc thét trong sự hãi hùng. Khóc mệt, nó lại gục đầu vào ngực mẹ nó mà bú. Một người khác, cũng chạy loạn đến bế nó ra thì mặt mũi nó bê bết máu của mẹ nó và trong mồm nó cũng có máu mà có lẽ nó tưởng đó là chất sữa nên đã hút vào. Một lúc sau nó cũng chết luôn trên tay người bế nó. Có phải nó đã uống máu của người chết nên vi trùng đã thay mảnh pháo kích mà vật nó luôn chăng?"

"Một cảnh tượng khác mà tôi cũng không làm sao quên được:"Một đứa bé gái khoảng 13 tuổi mù cả hai mắt, gầy yếu, xanh xao cõng thằng anh nó khoảng 15 tuổi, bị cụt chân. Đứa nhỏ mù mắt, cõng đứa lớn cụt chân, đứa cụt chân ngồi trên lưng đứa mù mắt để chỉ đường mà chạy trốn đạn..." (5)

Ôi, tội ác của chiến tranh. Thê thảm quá, thưa Mẹ!

4.
CHẲNG CÓ AI VUI GÌ, KỂ CẢ ĐOÀN QUÂN VỪA REO HÒ CHIẾN THẮNG

Trong những lúc như lúc này con muốn ôm từng người lính chiến, muốn siết chặt tay họ để bày tỏ nỗi xúc động và niềm quý trọng của mình. Mẹ ơi!

Lúc ở quê nhà, mỗi lần bắt gặp "người lính" trong bộ đồ đầy bùn đất và bụi súng, râu tóc bờm xờm chưa kịp cạo hớt, mặt mũi bơ phờ vì thiếu ngủ bởi vừa từ mặt trận về, lòng con run lên vì xúc động. Nỗi xúc động cuồn cuộn như sóng vỡ làm tim con đập mạnh và nước mắt con ràn rụa.

Người lính chiến đã chết đi hoặc đang sống khổ có phải là để chiến tranh sớm chấm dứt không, thưa Mẹ? Vì như Aristote đã nói mục đích của chiến tranh là hòa bình. Con mong lời Aristote là một sự thật. Một sự thật sẽ đến sớm, thật sớm cho quê hương Việt Nam sau những đen tối và hãi hùng của một cuộc chiến kỳ lạ... mà người ta gọi là nội chiến: *"Xác người nằm đó ngổn ngang. Có lẽ không nên còn mang trong đầu cái ý tưởng xác bạn hay xác thù. Đó là xác của con em Việt Nam. Thế thôi! Chẳng ai vui gì kể cả đoàn quân vừa reo hò chiến thắng." (4).*

Mẹ ơi, con nhớ Mẹ!

(Ohio 1971)

***(1+2+5)** Trích: "Trên Vùng Trời Đất Nước" của Lưu Văn Giỏi trong nguyệt san "Tiền Phong" số 91 và 92 của Tổng Cục Chiến Tranh Chính Trị/VNCH.*

***(3)** Trích: "Quảng Trị Đã Trở Về" của Nguyễn Nhơn Phúc trong nguyệt san "Tiền Phong" số 91 của Tổng Cục Chiến Tranh Chính Trị/VNCH.*

***(4)** Trích: "Đường Vào Mặt Trân Kontum" của Vũ Hoàng và Kim Tuấn trong nguyệt san "Tiền Phong" số 91 của Tổng Cục Chiến Tranh Chính Trị/VNCH.*

Phương Tấn năm 1968.

Mẹ và bốn con trai.

BẢY KHÓA SINH VIỆT NAM THUÊ XE, DÒ ĐƯỜNG TRÊN BẢN ĐỒ, VƯỢT QUA 5 TIỂU BANG GIỮA BÃO TUYẾT, ĐÊM ĐEN ĐỂ TRỞ LẠI OHIO THĂM NGƯỜI YÊU

Thưa Mẹ, mọi người Việt Nam như một, đều có thể điểm mặt chỉ tên và gọi đích danh ngoại bang đã góp phần tàn phá và giết hại quê hương chúng ta. Nhưng chúng ta không thể cầm dao dí súng giết đi những người chúng ta biết chắc còn trẻ thơ hay tuổi mới lớn. Họ chưa tạo thêm ly loạn cho xã hội, thổi thêm bi thảm vào chiến tranh. Mà chính cái ly loạn và bi thảm do người lớn, do cha chú họ tạo ra. Sống để yêu thương chứ không phải sống để hận thù. Đó là niềm sâu kín phải bày tỏ. Và là niềm cảm thông trong con khi con viết thư này gửi Mẹ, thuật lại chuyến đi ly kỳ của bảy anh em khóa sinh Việt Nam xuất sắc trong học tập, được thầy thương bạn quý đã thuê xe, dò đường trên bản đồ, vượt qua 5 tiểu bang chỉ nửa ngày một đêm giữa bão tuyết, đêm đen để trở lại tiểu bang Ohio thăm người yêu là những cô gái Mỹ đáng yêu của họ.

1.
CUỘC TIỄN ĐƯA THẤM ĐẪM TÌNH YÊU VÀ NƯỚC MẮT

Thưa Mẹ, 5 giờ chiều nay nhà trường đưa xe bus đón chín anh em Việt Nam chúng con ra sân bay sau một năm học tại tiểu bang Ohio về lại trường cũ ở tiểu bang Texas. Nối đuôi sau xe nhà trường là đoàn xe của những gia đình người Mỹ đưa tiễn chúng con. Các xe chở đầy nhóc các cô gái Mỹ, là những người quý mến, hâm mộ lẫn người yêu của anh em Việt Nam.

Chiếc bus vừa dừng cạnh phi cơ. Trong khi chờ nhân viên sân bay chất xếp hành lý, anh em Việt Nam đã ném mình vào các xe mà cửa xe được các cô gái Mỹ mở sẵn. Cấm đậu xe ngoài phi đạo nhưng các cô gái Mỹ vẫn bất chấp. Xe nối xe thành một hàng rào tình yêu.

Bầu trời như cái vung bằng chì thấp lè tè úp khỏi đầu ngọn cây vài lóng tay. Con tưởng chừng có thể với tới được. Gió thổi ngược. Từng đợt sương lù mù với tuyết tạt vào mặt mũi lạnh điếng người. Nhưng với anh em Việt Nam, "tình yêu" hình như đang khỏa lấp thời tiết và làm mờ đi ngoại cảnh. Các bạn con, họ đang sống cho hết những giây phút cuối cùng ở Ohio mà trái tim họ đã gửi trọn một năm ở đây.

Ông bà Schurman là đôi vợ chồng người Mỹ rất yêu

quý anh em Việt Nam chúng con. Chính ông bà là người đã giới thiệu con với nữ ký giả da đen Elenor-H-Hickerson được xem như Mẹ nuôi của con. Ông bà đến bên con bày tỏ tình cảm của ông bà dành cho con suốt thời gian dài ở Ohio. Con cũng xin ông bà tha thứ những gì đã không làm ông bà vui lòng vì sự trầm lặng, ít nói và không hòa mình như anh em. Bà cầm lấy tay con, đôi mắt đỏ hoe: *"Phương à. Mỗi chúng ta sống trong đời đều có những dằn vặt..."* Bà khóc khi chưa nói hết câu. Con xoa đầu hai đứa con của bà để che đi sự xúc động và nước mắt đang chảy xuống đôi má: *"Chiều nay, anh Phương về lại Texas, anh mãi mãi nhớ cha mẹ và hai em."*

Đã hơn 7 giờ tối, sau nhiều lần thúc giục của phi hành đoàn, anh em Việt Nam mới chịu rời các cô gái Mỹ thấm đẫm tình yêu và tiếng khóc để lên phi cơ. Con chợt nhớ Mẹ, tự dưng khóc òa hòa trong tiếng khóc của anh em đang nhớ người yêu. Qua cửa kính, đoàn xe của các cô gái Mỹ, của những gia đình người Mỹ quý mến anh em Việt Nam chúng con vẫn còn ngoài kia cùng những bàn tay vẫy.

2.
CHUYẾN MẠO HIỂM LY KỲ CỦA BẢY ÔNG TRỜI CON!

Thưa Mẹ, sau thời gian dài học ở Texas rồi một năm ở Ohio, nay chúng con đã là Giảng viên Ngành Sư phạm Kỹ thuật Không Quân. Chúng con còn một thời gian ngắn thực tập giảng dạy ở Texas trước khi về nước. Ngay trên chuyến phi cơ C119 từ Ohio về lại Texas, anh em đã bàn tính sôi nổi là sẽ thuê xe vượt ngày đêm trở lại Ohio để thăm người yêu. Theo kế hoạch, anh em sẽ khởi hành qua Ohio ngay buổi trưa thứ Tư đi dạy về để kịp trở lại Texas vào trưa thứ Hai. Thứ Năm là Tết Việt Nam được nghỉ, Thứ Bảy và Chủ Nhật được nghỉ. Chỉ "trốn trường" nguyên ngày thứ Sáu và nửa ngày thứ Hai.

Vừa về tiểu bang Texas, anh em lại quây quần ở *"Foreign Training Office"* (Văn phòng đào tạo khóa sinh nước ngoài) của nhà trường suốt nhiều ngày để bàn kỹ chuyến đi. Đi xe bus từng chặng qua Ohio? Không được, mất nhiều ngày. Bỏ trường quá lâu, dễ bị lộ. Đi phi cơ dân sự? Không được, tiền đâu? Đi phi cơ quân sự? Không được, phép đâu? Thêm một ý kiến đưa ra là hãy lên "Service Club" dò trên "Bulletin-board" xem có khóa sinh nào người Mỹ lái xe về Ohio thăm nhà, anh em sẽ tìm đến trả giá rẻ bao đi và về. Tất cả đồng ý và túa ra dò hỏi suốt 3 ngày. Nhưng đã thất vọng vì lịch đi và về không theo sự mong muốn của anh em.

Cuối cùng, anh em quyết định mướn xe, Mướn xe? Mướn ở đâu? Bằng lái xe? Ai có? Theo luật Mỹ, quy định cấm khóa sinh nước ngoài thuê xe, vượt khỏi tiểu bang nếu không có phép.

Ôi may quá! Trong anh em, bạn Hiệp có bằng lái xe Quốc tế. Bạn Hùng trong nhóm được phân công gọi điện thoại hỏi điều kiện ở các hãng cho thuê xe. Bạn Toàn được phân công mang bằng lái xe Quốc tế của bạn Hiệp xuống thành phố Wichitafall, thuê xe. Hầu hết các hãng cho thuê xe đều đòi bằng lái của Mỹ với giá 12 dollars một ngày. Duy nhất có hãng Econo chịu bằng lái Quốc tế và chỉ có 6 dollars một ngày. Nếu đi xa tính thêm 7 cents một mile.

Xe đã có, ngày đã định. Anh em tiếc ơi là tiếc khi biết con phải ở lại lo tổ chức *"Đêm thơ Phương Tấn"* ngay trong đêm mồng một Tết Việt Nam tại *"Foreign Training Office"* mà con đã báo trước cho anh em khi còn ở Ohio. Bạn Mẫn cũng xin ở lại để giúp con. Bảy anh em còn lại cùng làm một tờ "Cam Kết" và đồng ký tên: *"Chúng tôi đồng ký tên sau đây (...) hoàn toàn chịu trách nhiệm và chia sẻ cùng bạn Hiệp trong mọi rủi ro, bất trắc* (...)" trao cho bạn Hiệp để bạn yên tâm. Tiếp theo, anh em phân công mỗi người một nhiệm vụ.

Thưa Mẹ, đi du học, chúng con sống như trời con tại Mỹ suốt 2 năm, ngoài việc đào tạo thành người tài, ăn ở sung sướng còn được nhà trường chu toàn mọi sự. Mỗi đầu tháng lên *"Foreign Training Office"* mở hộp thư cá nhân đã thấy tiền "phụ cấp" du học, tiền khách sạn, chi phí ăn uống (nếu nhà trường tổ chức tour du lịch, tham quan đâu đó). Tháng này sau khi nhận được tiền, ngoài con và bạn Mẫn, anh em còn lại đều phải nộp hết cho bạn Toàn - người được phân công lo mọi chi phí và thông báo ngày giờ chuyến đi và về. Phụ trách lương thực được giao cho 2 bạn Sơn và Đức. Chấm bản đồ, quan sát vị trí, dẫn đường được giao cho bạn Ái. Lái xe được giao cho 3 bạn Hòa, Hùng và Hiệp. Bảy anh em cùng thề: *"Mọi anh em phải chung lòng và tuyệt đối kín miệng."* Riêng con, được anh em nhờ theo sát chuyến đi, thu thập thông tin, hình ảnh, viết bài gửi báo ở quê nhà và cho anh em mỗi người một bản sao làm kỷ niệm.

Thưa Mẹ, tất cả bảy anh em đã lên đường đúng kế hoạch. Trưa thứ Tư vừa ở trường về, bảy anh em mỗi người một ngã, đứng riêng rẽ ở các trạm xe bus và bắt nhiều chuyến xuống phố. Rồi kẻ trước người sau cùng gặp nhau ở hãng thuê xe. Anh em báo cho hãng xe là thuê xe đi Lawton – một thành phố ăn chơi ở tiểu bang Oklahoma, kế cận Texas mà anh em khóa sinh Việt Nam và nước ngoài hay đến.

Bảy anh em leo lên chiếc xe hiệu Plymouth kiểu 68 trong nỗi lo sợ và hồi hộp lạ thường. Bạn Hiệp lái không chuyên nhưng lại là người có bằng lái nên phải cầm lái hầu qua mặt hãng xe. Lái chưa ra khỏi hãng, xe đã đụng mạnh vào hông một chiếc xe hư đậu gần đó. Anh em va đầu vào nhau và có bạn bị đập mạnh vào cửa kính, hoảng hồn!

3.
THỊ TRƯỞNG THÀNH PHỐ XENIA ĐÃ DÀNH SẴN 7 BẰNG "CÔNG DÂN DANH DỰ" VÀ 7 CHIẾC BÁNH THẬT TO CỦA THÀNH PHỐ CHO BẢY ANH EM VIỆT NAM

Xe ra khỏi thành phố Wichitafall, băng qua nhiều quận lỵ, xa lộ, đồng trống, bảy anh em mới dần dần yên tâm. Tay lái đã được chuyển sang bạn Hùng. Lái không giỏi, nhưng anh không làm anh em lên ruột như bạn Hiệp. Bảy anh em, 7 trái tim xanh mét, dễ vỡ, nhưng tất cả vẫn giả bộ trong vai 7 kẻ du khách sành điệu khi qua các thành phố, qua những nơi đông người, nhất là các Pay-toll hay Turn-pipe-road là những khoảng đường người lái xe chạy qua phải trả phí.

Khoảng 6 giờ chiều, xe vào tiểu bang Oklahoma. Bảy anh em dừng lại ở Rest-area (khu nghỉ ngơi) cạnh ven đường để ăn uống, chụp hình và thở. Theo bạn Ái, đó là buổi chiều thơ mộng, đẹp lạ và đáng nhớ của bảy anh em Việt Nam ở Mỹ. Cuộc hành trình lại tiếp tục. Cứ qua một tiểu bang, xe lại ghé vào một trạm xăng. Đổ xăng, uống cà-phê, xin một tấm bản đồ của tiểu bang kế tiếp để bạn Ái nghiên cứu "địa hình địa lợi" tiến về Ohio rồi cùng nhau lên đường.

Trời tối hẳn. Tuyết mỗi lúc một phủ kín bên ngoài. Bạn Hùng dã chuyển tay lái cho bạn Hòa – một tay lái thiện nghệ của đoàn Quân xa Pleiku trước kia. Chiếc xe lao vun vút không dưới 100 miles/giờ. Phóng đến, phóng đến nữa để chóng nuốt hết đêm đen, ăn hết băng tuyết, mang niềm vui mong đợi cho bảy anh em. Xe chạy như biến trong đêm nhưng lại thiếu ánh sáng. Hai ngọn đèn pha của xe cùng mấy ngọn đèn leo teo, hiu hắt bên đường không đủ sáng cho xe giữa màn đêm mịt mù. Bạn Ái phải quẹt diêm, soi từng đường chỉ dẫn chi chít trên bản đồ. Cân nhắc từng con đường, tính toán từng ngã rẽ, đắn đo từng mile để hướng dẫn bạn Hòa lái xe không lạc đường lại thu ngắn được lộ trình.

Xe vào tiểu bang Missouri, xe dừng lại đổ xăng, uống cà-phê, xin bản đồ và tiếp tục cuộc hành trình. Lên xe, anh em "cử" bạn Sơn gọi điện thoại cho bà Ackley là mẹ của Linda – người yêu của Sơn – báo tin bảy anh em Việt Nam sẽ đến Ohio vào sáng mai. Tất cả vẫn tưởng tin này sẽ làm bà ngạc nhiên và vui mừng. Nhưng chuyện tréo cẳng ngỗng. Bà đã không ngạc nhiên mà chính bảy anh em mới vô cùng kinh ngạc. Bà cho biết báo chí địa phương đã loan tin chuyến đi của bảy anh em Việt Nam từ Texas đến Ohio. Người hâm mộ, nhất là các cô gái Mỹ đang nô nức chờ đón bảy chàng trai Việt Nam. Bà cho biết thêm một tin chấn động là ngài Thị trưởng thành phố Xenia đã dành sẵn 7 bằng "Công dân Danh dự" và 7 chiếc bánh thật to có khắc tên từng người cho bảy chàng trai Việt Nam.

Trên xe bắt đầu ồn ào. Nhiều câu hỏi được đặt ra. Ai đã cho biết? Biết lúc nào? Nhà trường hay chưa? Một bạn nói: *"Không khéo lại bị tống cổ về Việt Nam. Tù mục xương".* Một bạn khác chen vào: *"Hình như tôi có thấy một chiếc xe FBI theo xe chúng ta một khoảng đường chiều nay".* Nỗi lo lắng trùm kín tâm trí anh em. Ngoài kia, mặt trời vẫn còn yên ngủ, ngoài đêm đen và bão tuyết không còn gì hết. Bạn Hòa bỗng cắt ngang nỗi lo của anh em: *"Bắt thì bắt nhưng vẫn đến được Ohio trong sáng mai. Ô háy ô! Ô hày* ô. Ồ hay ô!" Câu nói của bạn Hòa như một phép mầu làm bừng dậy sinh khí trong anh em. Tất cả đồng vỗ tay, reo vui: *"Ô háy ô. Ồ hày ô! Ô hay ô!"*

Xe vượt qua tiểu bang Illinois rồi đến tiểu bang Indiana. 8 giờ sáng, xe giẫm qua lằn ranh của tiểu bang Ohio. Anh em vừa nhảy cỡn vừa ca hát loạn xạ trong xe, tưởng chừng một đoàn hùng binh chiến thắng trở về. Bạn Toàn đại diện anh em, lấy một hộp diêm bẻ làm đôi, gắn lên đôi vai của bạn Hòa. Một kiện tướng đã đưa anh em đến bờ hạnh phúc. Bạn Hòa để nguyên hai bè diêm trên đôi vai qua hai, ba thành phố mới rơi xuống giữa tiếng vỗ tay của anh em kèm theo lời ca tự biên tự diễn: *"Ô háy ô! Ô hày ô. Ồ hay ô!*

4.

CẢNH SÁT SẼ ĐẾN CÒNG TAY BẢY ANH EM VIỆT NAM

Đến Ohio, bảy anh em cùng ghé nhà Guinita người yêu của bạn Đức ở thành phố Dayton. Một cô gái Mỹ mà chỉ sau một thời gian ngắn hẹn hò, bạn Đức đã quyết cưới làm vợ và sẽ đưa về Việt Nam. Tất cả tiếp tục lên đường đến thăm ông bà Schurman. Vừa vào đến cửa, ông bà Schurman đã chạy ra ôm chầm lấy anh em.

Ông Schurman cho biết ông vừa nhận được điện thoại từ văn phòng *"Foreign Training Office"* (Văn phòng đào tạo khóa sinh nước ngoài) ở Texas hỏi bảy khóa sinh Việt Nam đã đến Ohio chưa. Nếu đã đến, nhờ ông Schurman khuyên họ tức tốc quay về Texas. Nếu không, nhà trường sẽ báo cho Security Police (cảnh sát) đến "còng tay" bảy người. Bạn Đức được anh em "cử" gọi điện thoại về văn phòng *"Foreign Training Office"* xin gặp đại úy Khanh – đại diện Khóa sinh Việt Nam tại Sheppard Air Force Base, nhờ ông can thiệp với *"Foreign Training Office"*. Anh em cam kết sẽ có mặt tại nhà trường vào trưa thứ Hai. Đại úy Khanh là một người được hầu hết anh em Việt Nam yêu mến. Ông tâm sự, có nghe phong thanh một số anh em sẽ thuê xe trở lại Ohio, nhưng ông không tin vì qua bao năm chưa hề có một khóa sinh nước ngoài nào, nói chi Việt Nam dám thuê xe với một vận tốc vượt tiêu chuẩn. Vỏn vẹn nửa ngày một đêm, dò dẫm đường xá trên bản đồ mà vượt đến 5 tiểu bang để đến Ohio thăm người yêu thì chỉ có trong... huyền thoại. Ông nói trong tiếng cười hiền lành, hứa giúp đỡ với điều kiện anh em giữ lời hứa về trình diện đúng thứ Hai, không để xảy ra tai nạn và phiền phức gì thêm.

Bảy anh em thở phào nhẹ nhõm. Các cô gái Mỹ đang điện thoại tới tấp đến nhà ông bà Schurman muốn cháy máy. Anh em cùng hẹn gặp nhau tại Tòa thị chính Xenia vào sáng mai để tham dự buổi Lễ nhận bằng "Công dân Danh dự".

5.

BẢY ANH EM VIỆT NAM NHẬN 7 BẰNG CÔNG DÂN DANH DỰ CỦA THÀNH PHỐ XENIA.

Tại Tòa thị chính Xenia, sáng nay ngoài ngài Thị trưởng còn có Cảnh sát trưởng Xenia, các nghị viên, quan khách, báo chí, ông bà Schurman cùng nhiều người Mỹ hâm mộ và hàng trăm cô gái Mỹ tham dự. Bảy anh Việt Nam được các cô gái Mỹ ghi tên, kèm theo chữ Love và vẽ trái tim to đùng trên các tấm bảng bằng giấy cứng giương cao.

Trên bàn danh dự, trước mặt bảy anh em là 7 chiếc bánh lớn khắc tên mỗi người. Sau khi ngài Thị trưởng Xenia đích thân trao bằng "Công dân Danh dự" cho bảy anh em. Mỗi bạn được mời lên trước máy vi âm, bày tỏ cảm tưởng của riêng mình về nước Mỹ, về Ohio và lý do trở lại nơi này. Sau phần đáp từ của ngài thị trưởng Xenia đại diện tiểu bang Ohio, bảy anh em được mời chụp ảnh kỷ niệm, trả lời báo chí, chung vui tiệc trà...và buổi lễ kết thúc.

Hàng trăm cô gái Mỹ dành nhau cắt bánh trao cho bảy anh em Việt Nam mà theo họ là những chàng trai hào hoa và đáng yêu nhất thế giới. Trong cuộc vui, mặc dù bảy anh em Việt Nam đã có bảy người yêu, nhưng vẫn xảy ra trận chiến giành giựt. Ai cũng tự nhận mình mới là người yêu của anh em Việt Nam. Vui ơi là vui!

6.

CỞI HẾT ÁO MÃO CÂN ĐAI LÀM BẰNG CHỨNG CHO TÌNH YÊU

Chiều Chủ Nhật sau 4 ngày rong chơi, bảy anh em hẹn gặp nhau tại nhà ông bà Schurman để về lại Texas. Buổi tối, bảy anh em bịn rịn chia tay. Ở đây từng cặp đã quấn lấy nhau trong nước mắt cùng những lời chia tay não nề. Để chứng minh tình yêu và kỷ niệm ngày trở lại Ohio, bảy anh em người thì tháo cặp lon trên vai, người thì tháo chiếc mũ đang đội, người thì tháo vòng dây biểu chương đang đeo, người thì tháo chiếc nịt đang dùng. Riêng bạn Ái, cởi phăng cả áo lễ phục Không Quân với huy chương, lon lá trao hết cho cô bé Janet.

Cũng vì cái bay bướm của bảy ông trời con, hôm lên xe trở về Texas, bảy anh em Việt Nam không còn là đoàn quân chiến thắng như hôm xe cán qua lằn ranh của Ohio mà đã trở thành đoàn quân chiến bại với bảy khuôn mặt buồn thảm với kẻ thiếu nón, người thiếu nịt, kẻ thiếu lon, người thiếu áo... Thương quá cô bé Guinita – người yêu của bạn Đức - và Mẹ của cô bé, đã lái xe đưa tiễn anh em vượt khỏi tiểu bang Ohio mới chịu quay về.

Vượt qua Ohio không xa, bỗng một bánh xe bị nổ. Tất cả xuống xe hì hục đẩy xe, thay bánh giữa bão tuyết và mưa gió. Khi về lại Texas, hai bạn Hùng và Hòa nhuốm lạnh phải vào nằm liệt ở bệnh viện mấy ngày.

7.

LÀM GIẤY TỰ THÚ VÀ CHỊU PHẠT 10 NGÀY TÙ

Nghe nói, thời gian bảy anh em Việt Nam rong chơi thì Trung tướng Campell – Chỉ huy trưởng căn cứ Clinton County ở Ohio theo sát thông tin từ các báo địa phương và cho cắt các bài báo viết về anh em gửi cho sĩ quan Chỉ huy trưởng *"Foreign Training Office"* ở căn cứ Sheppard Air Force Base, Texas. Ở đây liên lạc với các hãng xe để tìm ra hành tung và mục đích chuyến đi của bảy anh em theo thông tin trên một số tờ báo địa phương...

Chuyến mạo hiểm ly kỳ của bảy anh em Việt Nam đã gây chấn động hầu hết khóa sinh Không Quân Việt Nam và nước ngoài tại Mỹ. Các sĩ quan Không Quân Việt Nam đại diện Khóa sinh không chỉ ở Sheppard Air Force Base, Texas lo sốt vó, đến không ít sĩ quan Mỹ cũng mất hồn.

Trưa thứ Hai, vị sĩ quan Mỹ đại diện *"Foreign Training Office"* tại Sheppard Air Force Base đã mời họp đại diện mấy mươi quốc gia có khóa sinh theo học tại Mỹ để trình bày chuyến đi "liều lĩnh và dại dột" của bảy anh em Việt Nam. Vị sĩ quan nhấn mạnh về điều luật dành cho khóa sinh nước ngoài ở Mỹ là không được mướn xe vượt khỏi tiểu bang đang học. Vi phạm có thể bị trả về nước trong 24 giờ.

Chiều thứ Hai, bảy anh em Việt Nam vừa về lại Texas chuẩn bị trình diện thì Thiếu tá Dưỡng – Phó Trưởng phòng Liên lạc Không quân Việt Nam ở Lackland đang thăm các khóa sinh Việt Nam tại Air University ở thành phố Denver – thủ phủ của tiểu bang Colorado - phải bỏ ngang, bay về

Texas gặp bảy anh em Việt Nam tại đây.

Tại văn phòng *"Foreign Training Office,"* trước gần 100 khóa sinh Không Quân Việt Nam cùng bảy anh em Việt Nam vừa từ Ohio về, Thiếu tá Dưỡng đã cho biết lý do buổi họp và sự có mặt đột ngột của ông. Ông nói, chuyến đi không tưởng của bảy anh em Việt Nam mà theo ông, lẽ ra đã nhận được giấy trả về nước và sẽ nhận tiếp những hình phạt sau đó ở quê nhà. Nhưng, ông nhấn mạnh: *"Số phận các anh sẽ ra sao khi được trả về Việt Nam. Chắc chắn là không nhẹ lắm...* Giọng ông chùng xuống: *"Lý do này đã bắt tôi nghĩ đi, nghĩ lại và đành lòng tha thứ lỗi lầm vừa qua của các anh. Ngoài việc tất cả phải làm giấy tự thú, ký chịu phạt 10 ngày tù để cho phía Mỹ hài lòng và nhìn thấy "Quân Kỷ" của chúng ta".* Ông nhắn nhủ lời cuối thật chí tình và cảm động: *"Sự việc vừa xảy ra chỉ có thể đến một lần cho bảy anh em cũng như cho tất cả anh em Không Quân Việt Nam theo học tại Mỹ. Sự việc còn tiếp diễn với bất cứ ai, bất cứ lý do nào cũng chiếu theo quân kỷ mà thi hành."*

Buổi họp chấm dứt. bảy anh em Việt Nam phải ở lại làm giấy tự thú và ký chịu phạt 10 ngày tù. Trong lúc không còn ai ngoài bảy anh em, Thiếu tá Dưỡng tâm sự riêng về chuyến đi tày trời của bảy anh em Việt Nam từ xưa đến nay chưa hề có. Chưa hề một khóa sinh nước ngoài nào dù yêu đến mấy cũng không dám nghĩ đến. Ông tâm sự tiếp, nếu ai cũng nghĩ và làm như bảy anh em Việt Nam thì họ chưa kịp trả về nước, ông phải xếp quần áo về nước trước họ, chịu hình phạt nặng vì ... Quân Kỷ loạn!

Trước khi chia tay, ông nhỏ nhẹ thật chân tình: *"Nếu các anh biết giữ kỷ luật. Không làm một điều gì phiền toái cho Foreign Training Office cũng như phía Mỹ. Tôi sẽ họp đề nghị xóa "bản án" cho bảy anh em trước khi về nước"*

8.
CƠN LỬA
NỒNG NÀN CỦA TÌNH YÊU

Thưa Mẹ, bảy anh em Việt Nam đã quây quần kể lại từng chi tiết cho con nghe cuộc hành trình ly kỳ, duy nhất một lần trong đời cho tình yêu. Một vài anh em còn cho con xem nhật ký, ghi chép, cả thư tình diễm lệ trong chuyến đi. Một đoạn trong một nhật ký, viết thật thật lãng mạn, con được đọc và ghi lại:

: "... *Những cô bé Mỹ là những dòng suối thơm mà anh em Việt Nam chúng tôi đã được tung tăng bơi lội. Họ là bầy chim én mang chúng tôi qua những mùa xuân. Họ là những cánh chim khuyên đậu lại trong tim chúng tôi tưởng chừng khô héo, hát ca trong đôi mắt của chúng tôi tưởng chừng vàng lạnh. Họ đã giục giã reo vui và khơi dậy sức sống cho chúng tôi.*

Với con gái Mỹ, đẹp một cái đẹp lộ liễu. Một trái cây chín tới bắt ta thèm thuồng khi thoạt thấy và tơ tưởng lúc vắng mặt. Với con gái Việt Nam, đẹp một cái đẹp kín đáo đến thăm thẳm. Một trái xanh tưởng chừng chưa chín, nhưng khi đến gần, ngắt đi hay ngậm lấy mới biết được sự ngon ngọt đến mê hồn. Cơn lửa nồng nàn của tình yêu không đốt cháy tim ta một ngày một buổi mà xoắn xuýt thiêu hết một đời ta trong đó."

(Ohio-Texas 1971)

Trong hai năm 1969-1970, các báo Mỹ viết nhiều về chín khóa sinh ưu tú của Không Quân Việt Nam du học tại Mỹ. Đặc biệt một bài báo viết về ngài Thị trưởng Thành phố Xenia-Ohio đã dành sẵn 7 bằng "Công Dân Danh Dự" cùng "7 chiếc bánh thật to" của thành phố Xenia tặng cho bảy anh em Việt Nam trở lại Ohio vào đầu năm 1971.

"MỒNG MỘT TẾT VIỆT NAM ĐỌC THƠ TÌNH CỦA MỘT THI SĨ VIỆT NAM TRÊN ĐẤT MỸ"

1.

MẸ ĐANG NGỬI ĐƯỢC MÙI THƠM CỦA HỒN CON ĐANG CHÁY

Thưa Mẹ, suốt những hôm nay con mệt lả vì lo tổ chức *"Đêm Thơ Phương Tấn"* của con vào đêm mồng một tết Việt Nam tại Sheppard Air Force Base, bang Texas. Đến nay con đã thực hiện được 200 cuốn thơ quay ronéo bằng phương tiện nhà trường nhờ sự giúp đỡ tận tình của một người thầy, rất thương yêu con.

Mẹ ơi. Hôm qua con đã đóng hết cửa phòng riêng và ngồi suốt đêm nhìn ngắm mê mệt những tập thơ vừa quay xong. Không một hạnh phúc nào bằng lúc này. Mọi người đã ngủ yên, đất trời đã ngủ yên chỉ còn mình con cùng nỗi cô đơn tuyệt cùng với thơ. Chắc Mẹ đang ngửi được mùi thơm của hồn con đang hòa cùng thơ, phải không Mẹ.

2.
ĐÊM THƠ PHƯƠNG TẤN

Bây giờ là đêm mồng một Tết Việt Nam năm 1971, và là lần thứ hai, con tổ chức *"Đêm Thơ Phương Tấn"* tại Mỹ. Phòng sinh hoạt của nhà trường đã được anh em Việt Nam chung tay kết hoa, treo câu đối và hình ảnh Tết Việt Nam đầy trên tường. Rực rỡ, lung linh và bắt mắt trong ánh đèn. Gần 200 khóa sinh Việt Nam và nước ngoài đã được mời tham dự trong *"Đêm Thơ Phương Tấn"*. Bia, nước ngọt, bánh trái được bày la liệt trên các bàn.

7 giờ tối theo đúng "kiểu Mỹ" (American style), *"Đêm Thơ Phương Tấn"* được mở đầu bằng một "màn" ăn đứng. Lúc ăn, đại úy Khanh đại diện khóa sinh Việt Nam và *"Đêm Thơ Phương Tấn"* đã mở lời bằng những câu chúc Tết rồi giới thiệu con trước toàn thể anh em bằng tiếng Việt và tiếng Anh: *"Tôi rất tự hào và xúc động được giới thiệu anh Phương Tấn, không những là một khóa sinh Việt Nam xuất sắc mà còn là một thi sĩ Việt Nam tài hoa. Đêm nay anh sẽ dành cho chúng ta một đêm đọc thơ của anh. Những bài thơ này được viết tại Mỹ. Ngoài một số bài viết về quê hương, gia đình, bè bạn ở quê nhà, số còn lại, anh đã viết những gì sống, thấy và rung động ở Mỹ, trong đó có những mối tình đã đi qua trong anh. Tất cả được mang tên:"Thơ Tình Của Một Thi Sĩ Việt Nam Trên Đất Mỹ" cho "Đêm Thơ Phương Tấn"*. Đại úy Khanh dứt lời giữa tiếng vỗ tay lâu ơi là lâu, kèm theo những tiếng huýt sáo cổ vũ liên hồi của anh em.

Thưa Mẹ, *"Đêm Thơ Phương Tấn"* được xen kẽ phần văn nghệ. Anh em có mặt đã cùng đàn, cùng hát, cùng kể chuyện vui, cùng làm trò và cùng nghe đọc thơ. Thưa mẹ, sự thành công của *"Đêm thơ Phương Tấn"* đã vượt trên sự mong đợi của con. Tất cả đã im phăng phắc trong suốt mỗi bài thơ được đọc và òa vỡ khi con đọc xong. Con đã đọc gần trọn các bài thơ trong tập:*"Thơ Tình Của Một Thi Sĩ Việt Nam Trên Đất Mỹ"* trong nỗi xúc động khó tả. Lần đầu trong đời, con đã tự nguyện đọc chính thơ mình giữa đám đông. Một đám đông nhiều màu da, sắc tộc và trên một xứ lạ. Một đám đông mà trong đó mỗi người có mặt đã góp một chút lửa cho thơ con được cháy bập bùng giữa rừng khuya. Soi thấu được từng cành cây héo rũ, từng chiếc lá vàng lạnh, từng rễ cây dài buồn, từng con chim chết non cho chí tiếng thở dài của côn trùng đâu đó. Thưa Mẹ, rừng khuya có phải là tâm hồn của con đã được soi thấu bởi một nỗi buồn quá đỗi trong thơ.

Sau phần đọc thơ, tất cả anh em Việt Nam và nước ngoài đều ào đến xin thơ có chữ ký của con. 200 cuốn thơ đã không đủ tặng nên đại úy Khanh đề nghị bốc thăm cho những người may mắn. Anh em còn lại con đành ký tặng những bài thơ quay rời. Đêm đã khuya, anh em vẫn vây quanh con khen tặng và đề nghị nhà trường khoan tháo gỡ những affiche giới thiệu về *"Đêm Thơ Phương Tấn."* Tất cả muốn giữ lại mà theo họ là một đêm đáng tự hào cho những người đang học và vinh dự cho những người sẽ học tại Sheppard Air Force Base không phân biệt màu da, sắc tộc. Đại úy Khanh khều vai con bảo nhỏ: *"Anh em ngưỡng mộ Phương Tấn quá mức. Anh là thần tượng của họ".*

Thưa Mẹ, Bác sĩ Bever – người chăm lo sức khỏe cho anh

em khóa sinh ở Sheppard Air Force Base đến bắt tay con bày tỏ chân tình: *"Anh là một nghệ sĩ đã làm tôi quá xúc động. Xúc động không do lời nói. Vì với ngôn ngữ Việt Nam trong thơ anh, tôi không hiểu gì hết, nhưng xúc động do chính điệu bộ và giọng đọc của anh. Do sự cổ vũ quá nhiệt tình của anh em có mặt. Anh đã cho tôi hiểu được thơ anh qua sự truyền cảm mãnh liệt đó. Anh là một nghệ sĩ mà tôi tin rằng kẻ điếc cũng phải cảm động khi anh đọc thơ..."*

3.
TỰ DƯNG CON MUỐN KHÓC

Mẹ ơi! Nửa khuya mồng một Tết Việt Nam con trở về phòng. Đường vắng không một bóng người. Mẹ thấy không, tất cả rồi con cũng chỉ một mình. Con lủi thủi về phòng với sự mệt mỏi và tự dưng buồn chi lạ. Thôi Phương, hãy quên đi những tiếng cười, những lời khen, những bàn tay vỗ. Thôi hãy cho con quên, quên hết. Giữa lúc này con tự dưng nhớ Mẹ cùng mấy câu thơ chợt lóe trong đầu:

Đêm lên, đêm không xuống
Chàng là tên diễu trò
Cho mọi người cười rộ
Khi tiếng nói cất lên
Từng nỗi đau đớn một.

(Texas 1970 &1971)

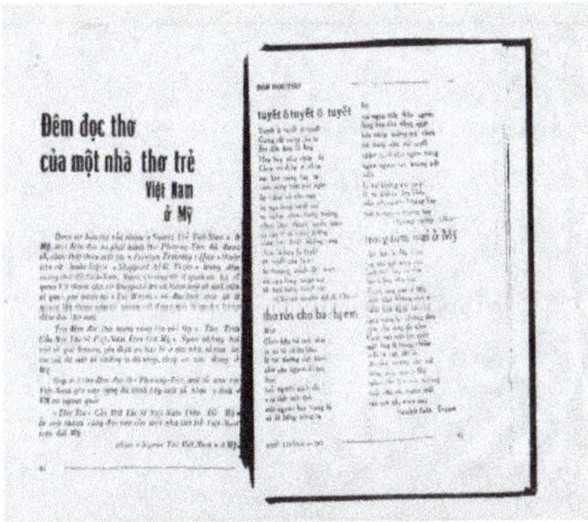

Đêm đọc thơ
của một nhà thơ trẻ
Việt Nam
ở Mỹ

tuyết ơ tuyết ơ tuyết

thơ viết cho ba bị em

mộng đương mười ở Mỹ

***H1:** Tạp chí Phổ Thông viết về đêm dọc "Thơ Tình Của Một Thi Sĩ Việt Nam Trên Đất Mỹ" của Phương Tấn.*

***H2:** Tập "Thơ Tình Của Một Thi Sĩ Việt Nam Trên Đất Mỹ" do Anh Em "Người Trẻ Việt Nam" xuất bản tại Mỹ và được lưu trữ tại Cornell University Library, USA năm 1970:*

- Database: Cornell University Library, USA.

- Author/Creator: Phương-Tấn

- Title: Thơ tình của một thi sĩ Việt Nam trên đất Mỹ.

- Published: Người trẻ Việt Nam, 1970.

- Description: 74 p. 19 cm.

NO DREAM IS IMPOSSIBLE IF WITHIN YOUR HEART IS A STRONG WILL

1.
HÃY GIỮ NHỮNG GIẤC MƠ LỚN VÀ THEO ĐUỔI ĐẾN CÙNG

Thưa Mẹ, trước khi rời Sheppard Air Force Base bang Texas qua bang Ohio học tiếp *"Giảng viên Ngành Sư phạm Kỹ thuật Không Quân,"* con ở cùng phòng với ba bạn người Mỹ. Trong đó có Serwin - bạn thân nhất của con. Serwin là một thi sĩ, 19 tuổi. Mỗi ngày ngoài giờ học, Serwin chỉ biết đọc sách làm thơ, viết thư cho người yêu và trò chuyện cùng con. Serwin thấu hiểu nỗi buồn của con nên thường chia sẻ về chiến tranh Việt Nam, về một đất nước bé nhỏ nhưng triền miên khổ đau và chết chóc.

Nhiều hôm đã 12 giờ khuya trời lạnh cóng và ai ai cũng đã ngủ, Serwin còn dựng đầu con dậy trao một bài thơ vừa làm xong, bảo đọc và cho ý kiến. Nhiều đêm đang ngồi học, Serwin vùng đứng dậy mặc quần áo tươm tất, đi. Đi đâu, thưa Mẹ? Serwin thả bộ trông trời ngắm đất, suy ngẫm về phận người và làm thơ. Mẹ ơi! Serwin thương con đến nổi nhiều đêm con mất ngủ, thức dậy mấy lần Serwin cũng biết. Trong tháng ngày buồn hiu ở đây, Serwin là người bạn duy nhất hiểu con và là một thi sĩ vượt lên tầm thường của cuộc sống, nhận biết nỗi lòng của kẻ khác.

Trước ngày con rời Texas qua Ohio, Serwin đã làm tặng con hai bài thơ. Thơ Serwin bát ngát hào khí, thấm đẫm nhân văn với một trái tim mạnh mẽ, một tinh thần kiên định, đáng yêu làm sao. Mẹ ơi, con đã gửi ngay bài viết giới thiệu Serwin cùng hai bài thơ của Serwin đăng trên tạp chí Phổ Thông ở quê nhà!

A DREAM

No dream is impossible
If within your heart is a strong will
And a mountain of faith,
For you'll be able pass through
A stormy cold night,
With a strong warm heart.
Follow and hold on to sober dreams.

ƯỚC MƠ

Chẳng có ước mơ nào là không thể
Nếu ý chí mạnh mẽ ngự trị trong tim
Với niềm tin chất đầy như núi
Để bạn có thể vượt qua
Một đêm bão giông lạnh cóng
Mà trái tim vẫn thổn thức nồng nàn
Hãy điềm tĩnh và tiếp tục ước mơ.

Ở "A Dream" - Serwin đã trải lòng, truyền cảm hứng về một giấc mơ lớn đầy hoài bão cho con. Đồng thời, chia sẻ cùng những người Việt Nam sống và chết cho Tổ quốc mình. Theo Serwin, không có một giấc mơ nào là không thực hiện được nếu trái tim ta mang một ý chí mạnh mẽ, một niềm tin vững chãi. Ta sẽ vượt qua trong đêm bão lạnh với con tim ấm áp, tràn đầy sinh lực. Hãy giữ những giấc mơ lớn và theo đuổi đến cùng...

SELF-REALIZATION

True self realization can only
Be,
When one is most honest with self,
Casting off all masks,
Viewing the naked you
With your own sincere eyes.

To see and attempt
To correct those faults
In your nature
And strive for the fullness
Of your values.

NHẬN DIỆN BẢN THÂN

Hoàn thiện bản thân đến cùng
Chỉ có thể là
Khi chúng ta thành thật với chính mình
Rũ bỏ lớp mặt nạ
Để có cái nhìn xuyên thấu
Bằng chính đôi mắt chân thành.

Hãy quan sát và cố gắng
Thay đổi những lỗi lầm
Trong bản chất vốn có
Và hướng đến
Chân giá trị bản thân.

Ở "Self-Realization", Serwin muốn nói về người Mỹ, về đồng minh về cả những ai đang tham chiến tại Việt Nam. Theo Serwin, để hoàn thiện bản thân - giá trị thật sự của một con người chỉ có thể có được khi hoàn toàn trung thực với chính bản thân, rũ bỏ mặt nạ, nhìn thấu tâm can bằng đôi mắt chân thành, bằng lỗi lầm do chính mình gây ra đã buông bỏ, sửa sạch.

Lửa trong thơ Serwin! Mẹ thấy đó, lửa đã bốc lên ngùn ngụt. Lửa làm rực ấm trong đêm giá lạnh của những người đi thực hiện giấc mơ lớn đầy hoài bão và nhiệt huyết. Cầu mong lửa cũng bùng cháy, thiêu rụi những mặt nạ của những ai đó cứ mãi tưởng - mặt nạ là mặt thật của chính mình.

2.
TRỜI ĐÂU CÓ MƯA NHƯNG SAO LẠI ƯỚT CẢ NGỰC ÁO?

Thưa Mẹ, con nhớ mãi một tuần trước khi rời Ohio về lại Texas sau nhiều tháng sống với băng tuyết và giá lạnh, nữ ký giả da đen Elenor Hickerson - mẹ nuôi của con - đã gợi ý bà sẽ lo cho con ở lại Mỹ để con có thể thực hiện được ước mơ như tâm nguyện. Con miên man suy nghĩ nhiều ngày đêm đến độ người mệt mỏi và gầy đi thấy rõ. Cuối cùng, con quyết định về. Về thôi. Mẹ ơi, con nhớ Mẹ và quê nhà quá!

Khi trở về Texas, con gặp lại Serwin. Chúng con đã nghẹn ngào, siết chặt tay nhau thật lâu.

Mẹ ơi sau gần hai năm sống buồn ở nước Mỹ, con sẽ chia tay Serwin về lại Việt Nam. Với cuộc chiến dữ dội ở quê nhà, con mường tượng ngày chia tay cũng là ngày biệt ly của chúng con. Con không muốn ngày não nề đó xảy ra. Con đã nghĩ một cách và cách đó là... con lặng lẽ rời nước Mỹ mà Serwin không hề hay biết.

Buổi sáng chia tay, con vẫn làm như một ngày đi học. Con dậy thật sớm vui đùa và bàn luận thơ văn cùng Serwin, rồi cả hai đã bắt tay thắm thiết để đến lớp. Serwin thì đến lớp thật, còn con thì mang vali chạy ra xe buýt của nhà trường chờ sẵn để đưa ra sân bay. Trời đâu có mưa nhưng sao lại ướt cả ngực áo? Nước gì đây? Ôi nước mắt của con. Con đã khóc mà không hay, Mẹ ơi!

Lúc phi cơ hạ cánh xuống đảo Guam vài giờ trước khi bay tiếp về Việt Nam, con đã xé một trang giấy trong sổ nhật ký viết vội một bài thơ 5 chữ không xuống dòng. Đọc như đọc một bài thơ tự do hay một lá thư có âm điệu rồi bỏ vào bì thư kèm theo một bưu thiếp chúc sức khỏe, gửi cho Serwin qua quầy bán tem ở phi trường. Bài thơ có đến được tay Serwin không? Con đã không được hồi âm. Và chúng con mất hẳn liên lạc theo cuộc nội chiến tàn khốc trên quê hương từ ngày ấy. Buồn quá, thưa Mẹ!

3.

KEN SERWIN ƠI, THƠ CHI RẦU MUỐN CHẾT!

1.

Trong thời buổi rầu rĩ, loạn lạc như nước ta, lòng đau như dạ cắt, thể nào tao cũng về. Ken ơi thật rõ khổ, nhớ quê đến điếng hồn, anh em còn chút đỉnh, lại vài thằng vô bưng, kiếm một con đường chết, nước chi rầu quá chừng. Ken ơi thật rõ khổ, thể nào tao cũng về, dẫu cho mầy chết điếng, chết hơn lòng tao không.

2.

Ôi tao chếnh choáng say, uống ngợp dạ thơ mầy. ôi tao chếnh choáng say, giữa căn phòng tí tẹo, đầy mối tình chí thiết.

3.

Này Ken ơi Ken ơi, thi sĩ lắm nước mắt, mầy đã khóc như điên, sáng hôm nao ở Mỹ. Ô Ken sao mầy khóc, khóc tiễn tao đấy sao, ô hay sao mầy khóc, khóc tiễn tao hay mầy, khóc cho mầy hay tao. Này Ken ơi Ken ơi, trông mặt tao buồn thiu, buồn hơn nước mắt lặn, tao chắc mầy thừa hiểu.

4.

Này Ken ơi Ken ơi, hôm nay tao bỏ mầy, khăn gói về quê Mẹ, lần đi không trở lại, ôi chao lòng quạnh quẽ, lần đi không trở lại, buồn sao buổi biệt ly, nào dám cho mầy hay, buồn sao buổi biệt ly, còn mỗi tao mỗi mình. Ken thôi chiều vừa lặn, đêm lên lòng chợt vắng, tao đấm ngực ngâm chơi, thơ chi rầu muốn chết.

5.

Này Ken ơi Ken ơi, chắc mầy đang cung cúc, vừa run vừa làm thơ, điệu ngồi như mèo đói, ôi biết mầy còn thèm, trong hôm nao ở Mỹ, lát cam nào xẻ đôi, thơm như đêm vừa chín, ly nước nào uống chung, ngọt như thơ ấp mía, chiếc bàn con chia hai, lòng ngợp tình mới lớn.

6.

Ken thôi chiều vừa lặn, đêm lên lòng chợt vắng, tao đấm ngực ngâm chơi, thơ chi rầu muốn chết...

(Guam Wake Island 1971)

(*) Nhà thơ, dịch giả Võ Thị Như Mai (Úc Châu) chuyển ngữ từ tiếng Anh sang tiếng Việt hai bài thơ A Dream & Self-Realization của nhà thơ Ken Serwin năm 2024

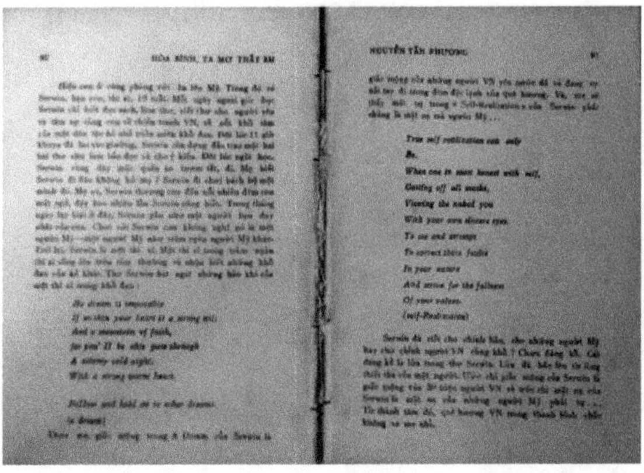
HÒA BÌNH, TA MƠ THẤY EM

NGUYỄN TẤN PHƯƠNG

"No dream is impossible if within your heart is a strong will" của Phương Tấn viết về thơ Serwin in trong tập bút ký "Hòa Bình, Ta Mơ Thấy Em" năm 1972.

HÒA BÌNH. EM NGHE KHÔNG, HÒA BÌNH?

1. BUỒN ĐẾN LẶNG NGƯỜI

Thưa Mẹ, 6 giờ sáng giờ Việt Nam phi cơ bắt đầu vào địa phận Sài Gòn. Dù người mệt lã sau gần 30 giờ thức trắng trên đường bay từ Mỹ về, nhưng con vẫn cố mở mắt chồm người sát cửa kính nhìn xuống Sài Gòn dưới kia.

Các thành phố ở nhiều quốc gia mà con đã đi qua - từ trên cao nhìn xuống, lộng lẫy và quyến rũ. Sài Gòn trong ánh sáng lờ mờ của đèn đóm trông thật buồn. Dù thế nào, Việt Nam vẫn là quê nhà dấu yêu. Con đã được sinh ra và lớn lên với lòng tự hào mình là người Việt Nam.

Thưa Mẹ, song song với các cuộc biểu tình chống chiến tranh Việt Nam diễn ra nhiều ngày tại Washington D.C, New York, San Francisco ... trên đất Mỹ, máy bay Mỹ tiếp tục ném bom, không kích ồ ạt các trọng điểm của Cộng Sản Bắc Việt. Và, theo báo đài trong và ngoài nước, nhiều trận đánh ác liệt vẫn tiếp diễn ngày đêm trên chiến trường Việt Nam.

Mỗi lần đọc xong những mẩu phân ưu nằm đặc kín trên những tờ nhật báo từ quê nhà gửi sang, con lại buồn đến lặng người. Ôi những người Việt Nam, những anh em, bà con, cô bác của con ở cả hai miền Nam Bắc sao lại nỡ giết nhau, kèn cựa trong mê vọng, ngụp lặn trong khổ ải. Sao chúng ta không: *"Dạy bảo nhau, giúp đỡ nhau. Ta đem những tư tưởng sáng kiến của ta tạo thành những khí cụ phá rừng núi, khai khẩn sở mỏ điền địa đem lại nguồn kinh tế sung túc cho xã hội. Ta chế tạo nhiều máy móc tối tân để thay thế cho sức người bớt nặng nhọc, được hưởng sung sướng tự do... Nếu hiểu thế thì đâu còn nạn giai cấp đấu tranh, đâu còn lao tù khổ sở, đâu còn khí giới nguyên tử, khinh khí để giết hại, khiến cho sự chết chóc, điêu linh quá sức tưởng tượng như ngày nay." (1)*

2.
SÀI GÒN CỦA TÔI

Mẹ ơi! Con đã ở Sài Gòn được hai ngày. Buồn quá, con không muốn gặp một ai. Buồn vì nhà hàng, quán bar, ổ điếm dày đặc bên cạnh sách báo thương mại và khiêu dâm. Buồn vì một bộ phận lớp trẻ Sài Gòn lao mình vào con đường nghiện ngập và phong trào Hippy khơi nguồn từ Mỹ lan qua châu Âu và đang vào Việt Nam mà con đã ngán ngẩm khi còn ở San Francisco, được mệnh danh là thành phố Hippy của Mỹ. Với chủ trương chống chiến tranh (make love not war) mang tính hiện sinh, hoa hippy đã trở thành sức mạnh (flower power) như một nạn dịch được vẽ từ áo quần, xe cộ ra đến đường phố, cùng khắp. Dân Hippy Việt Nam xuất hiện với cách ăn mặc, cách sống, cách nghĩ "bất cần đời" và "lập dị", con không biết tương lai những người trẻ ấy rồi sẽ về đâu giữa một đất nước đang đắm mình trong chiến loạn.

3.
ĐÔI GUỐC NGƯỢC

Đà Nẵng! Vâng, con đã về Đà Nẵng. Vui mừng làm sao, Mẹ ơi! Trong những lá thư gần đây, Mẹ thường viết cho con: *"Đà Nẵng là thành-phố-hy-vọng của lớp người cùng khổ. Trong mọi thiên tai, chiến nạn, nghèo đói, bệnh tật, người dân miền Trung vẫn bấu víu vào Đà Nẵng. Lẽ ra, những người ăn trên ngồi trước giữa thời buổi nhiễu nhương này phải san sẻ, bênh vực đồng bào khốn khổ, bạc phước thì tiếc thay, không ít người trong họ đã lấy cái bất nhân, giả người để che đậy, để bào mòn và giết đi niềm hy vọng của cả một thành phố được gọi là thành-phố-hy-vọng."*

Thưa Mẹ, những lời Mẹ dạy con thuộc nằm lòng. Vâng, phải thương yêu kẻ khác như chính mình. Phải giữ tâm trí trong sáng, ý chí mạnh mẽ và việc làm hữu ích cho chính mình và xã hội. Thưa Mẹ, những lời Mẹ dạy thật ngắn ngủi, thật giản dị nhưng lại mang một sức sống mãnh liệt, một tinh thần bi-trí-dũng tỏa vào người con. Thần trí con ngay những lúc phờ phạc nhất, thân thể con ngay những lúc mệt mỏi nhất vẫn khắc ghi lời Mẹ dạy.

Mẹ ơi, xe chưa dừng, con đã thấy Mẹ mặc chiếc áo ngắn màu hồng đất, cổ đeo xâu chuỗi ngọc xanh mướt mà Mẹ rất quý, đứng lóng ngóng ở cửa lớn trông ra đường. Con đã nhảy xuống xe, chạy vội đến ôm lấy Mẹ. Hình như Mẹ đã gầy đi hơn hai năm trước. Mẹ đã không cầm được nước mắt và không thốt được thành lời. Thưa Mẹ, Mẹ có phải hiện thân của đức Phật trong câu chuyện *"Đôi Guốc Ngược"* mà con đã đọc biết bao lần mỗi khi nhớ Mẹ.

"Ngày xửa ngày xưa khi Phật còn tại thế, có một chàng thiếu niên mồ côi cha sống cùng Mẹ từ thuở ấu thơ. Mẹ chàng mộ Phật thường tọa thiền và đọc kinh hàng đêm. Chàng ngồi cạnh Mẹ, lắng nghe. Qua kinh, chàng biết Phật là một người có 32 tướng tốt, 80 vẻ đẹp, là bậc giác ngộ, nhập thế độ sinh. Một ngày kia chàng xin Mẹ cho chàng lên đường tìm Phật. Tháng ngày trôi qua, chàng trèo non lội suối không hề quản ngại gian nan.

Một hôm ngay dưới chân núi, chàng bỗng gặp một ông lão cốt cách như tiên ông đang ngồi xếp bằng thiền định. Chàng vui mừng, chắp tay cúi đầu:

- Thưa ông. Ông biết Phật đang ở đâu xin chỉ giúp cho cháu?

Ông lão từ tốn hỏi:

- Cháu muốn tìm Phật để làm gì?

- Thưa ông, cháu tìm Phật để xin cho Mẹ cháu được khỏe mạnh và sống lâu cùng cháu.

Ông lão cười thật hiền:

- Cháu là một người con hiếu thảo, hiếm có.

Ông lão nhỏ nhẹ tiếp:

- Cháu hãy quay về nhà. Trên đường về, cháu sẽ được gặp một người. Người đó mang guốc trái ở chân phải và guốc

phải ở chân trái. Đấy chính là hiện thân của đức Phật.

Chàng thiếu niên hớn hở, cúi đầu tạ ơn ông lão và hối hả quay về nhà. Trên đường, chàng vừa chạy vừa nhìn quanh ngó quẩn. Trông lên nhìn xuống hết người này đến người nọ. Ngày qua ngày lòng buồn rười rượi. Mái nhà tranh của Mẹ con chàng đã ló dạng, nhưng vẫn không nhìn thấy một ai mang guốc trái ở chân phải và guốc phải ở chân trái như ông lão đã nói. Về đến nhà trời đã khuya và lạnh căm. Chiếc đèn dầu leo lét, hắt ra từ song cửa hình dạng chập chờn, hắt hiu trông ra của Mẹ chàng.

Chàng kêu: "Mẹ ơi! Mẹ ơi!" Nghe tiếng kêu của con, Mẹ chàng vội vã xỏ đôi guốc mở cửa chạy ra ôm lấy chàng ràn rụa nước mắt. Mới xa chàng không lâu mà Mẹ chàng tiều tụy, nước da xanh mướt. Mừng con về, Mẹ chàng đã hối hả xỏ đôi guốc, nhưng là đôi guốc ngược. Mừng con về, Mẹ chàng đã không còn nhớ chiếc nào cho chân trái và chiếc nào cho chân phải. Chàng ôm siết lấy Mẹ, nghẹn ngào trong nước mắt: "Ôi đức Phật của con!"

Thưa Mẹ, trong kinh Samvuttanikaya mà Mẹ hằng đọc, con mãi nhớ lời đức Phật với chúng đệ tử: *"Hỡi các tì khưu, các thầy đừng nên để tâm trí vào những tư tưởng sau đây: "Thế giới là hữu hạn, thế giới là vô cùng. Điều đó chưa quan trọng. Điều quan trọng là, ta dạy các thầy về sự khổ, nguồn gốc sự khổ, đạo diệt khổ và con đường đi đến diệt khổ. Những điều đó có ích – vì sẽ đưa các thầy đến cứu cánh của giác ngộ và giải thoát vậy."* Thưa Mẹ, những lời đức Phật dạy với chúng đệ tử ngày xưa khác nào những lời Mẹ dạy con ngày nay. Và chính đó là Đạo, là đường con đi. Dẫu trên đường, dẫy đầy khổ đau và cô đơn tuyệt cùng.

4.

HÒA BÌNH.
EM NGHE KHÔNG, HÒA BÌNH?

Hòa Bình, Hòa Bình! Tên gọi của một cơn mơ tuyệt diệu giữa năm tháng hãi hùng của chiến tranh. Hòa Bình, Hòa Bình! Tên gọi của một niềm hy vọng chan hòa trên từng cọng lúa, dây khoai. Hòa Bình, Hòa Bình! Ta mơ thấy em trong nỗi chua xót đang nói, trong niềm cô liêu đang viết. Em nghe không, Hòa Bình!

Thưa Mẹ, dù thế nào con cũng phải bước lên và đi cho hết con đường hằng nguyện. Lớp người cùng khổ con sẽ đến với họ. Đến không bằng môi mép mà bằng việc làm, một cách thiết thực. Nói theo Danilo-Dolci, con thích được chết trước khi một em bé chết vì đói. Thưa Mẹ, thật hèn nhục nếu sợ thân xác phải hiến đi cho lý tưởng. Và tệ hơn, không dám bước lên khi bên mình không còn một ai dám bước. Xin Mẹ dìu dắt và ơn trên phù hộ!

(Mỹ - Việt Nam 1971)

Mẹ đeo xâu chuỗi ngọc xanh mướt 1971

Phương Tấn tại tiểu bang Oklahoma, USA năm 1970

CÔ BÉ HẠT TIÊU
VÀ CÁI ĐÊM GIÁNG SINH
NĂM ẤY

1.
JÉSUS KHÔNG LÀ CHÚA

Tuyết hôm nay đọng cao đến đầu gối. Đất và cỏ chìm sâu dưới tuyết. Bầu trời bọc đầy hơi nước và đục như màu chì. Đôi bàn chân của người đi bộ lún sâu dưới tuyết và sau mỗi cơn gió mạnh tuyết cuốn vào người, trông ngộ nghĩnh làm sao!

Buổi tối, thầy Micheal cùng anh em lớp tôi được ông Henry – bạn của thầy – mời về nhà chơi và sẽ cùng đi lễ khuya. Nhà ông Henry ở ngoại ô thành phố Wilmington, Ohio được cất bằng ván vuông vức và xinh xắn.

Chúng tôi cùng gia đình ông Henry quây quần trên những chiếc ghế bành đối diện với lò sưởi vừa chuyện trò vừa ăn bánh. Tiếng cười nói rộn rã hòa lẫn tiếng lách tách của những hạt lửa bắn tung tóe từ những thanh củi cháy hồng ở lò sưởi. Dưới chân lò sưởi bày nhiều bít-tất làm bằng giấy cứng. Sáng ngày mai khi thức dậy, đàn con ông Henry sẽ reo mừng vây quanh lò sưởi để nhận chiếc bít-tất có ghi tên mình chứa đầy quà của ông già Noel.

11giờ đêm, ông bà Henry đưa chúng tôi đi lễ. Theo ông Henry, chúng tôi nên đi sớm để có chỗ ngồi. Giữa đèn nến rực sáng trên bệ Chúa, tôi chợt thấy đôi ba ngọn nến cháy leo lắt như những thân phận bạc phước giữa ánh sáng của Chúa. Tiếng hát của các cô gái trong dàn đồng ca nhà thờ cất lên, tỏa ra và bay đi dìu dặt. Tôi mường tượng đến tiếng hát Mỹ Lược – cô bạn thi sĩ của tôi ở quê nhà. Trong lá thư nào đó, Lược nói: *"Chiều nay đi bỏ thư cho anh, Lược sẽ đi tập hát Giáng Sinh luôn..."*

Tôi không là kẻ có đạo nhưng lại yêu Jésus. Yêu cái khuôn mặt khắc khổ bị đóng đinh trên cây thánh giá đó. Jésus không là Chúa. Jésus là người, một người chí thân của tôi đã chết cho tôi được sống. Ở quê nhà, lúc buồn, tôi vẫn thường vào nhà thờ ngồi mỗi mình thật lâu nhìn ngắm Jésus và nghĩ chuyện mình.

Lễ dứt vào một giờ khuya. Lạnh phả đầy ngực. Vừa đến hông nhà thờ, một trong hai cô gái Mỹ thật xinh đi ngược chiều níu lấy tay tôi hỏi tên ríu rít. Tôi ngạc nhiên. Anh bạn đi cùng bảo nhỏ: *"Thi sĩ gặp người ái mộ."* Tôi mỉm cười chỉ bảng tên trước ngực: *"Xin đọc tên tôi."* Cô bé chợt reo vui, nói tíu tít như chim: *"Anh là Phương? Anh là Phương? Mai anh đến nhà Phyllis đấy. Ba me em mời Phương mà..."* Tôi chợt nhớ ông bà Donna Whittenburg mời tôi ngày mai đến nhà ông bà dự Giáng Sinh. Tôi nhìn Phyllis. Một chút lửa ở đôi mắt xanh như ngọc, bất chợt cháy hồng trong lòng tôi. Thầy Micheal khều vai tôi khẽ nói: *"Phương là người hạnh phúc."*

Tuyết vẫn xuống không dứt. Mọi nhà đều kín cửa ngoài những hang đá, hình tượng, đèn nến được dựng đâu đó ngoài trời. Nhưng chính sau những cánh cửa đóng kín đó, hoạt cảnh tưng bừng của Giáng Sinh mới thật sự sống động. Về đến trường đã gần hai giờ sáng. Tôi cố ngủ nhưng không được. Phyllis cùng những ý nghĩ không đâu cứ chờn vờn trong trí.

2.

MƯỜI MỘT NGƯỜI CON VÀ MỘT ĐÊM KHÔNG NGỦ

Hôm nay, ngày Giáng Sinh, nhiều gia đình người Mỹ đã đến trường đón anh em Việt Nam từ sáng sớm. Có lẽ tôi là người rời trường muộn nhất.

10 giờ hơn, xe của ông bà Whittenburg dừng lại trong sân trường. Ông bà xin lỗi tôi về sự chậm trễ. Ông Whittenburg có dáng dấp một viên thám tử bí ẩn. Bà Whittenburg trông hiền lành sau cặp kính trắng. Bà hỏi tôi, Phyllis đã gặp tôi hồi hôm ở nhà thờ? Tôi đáp: *"Vâng"*. Và nói tiếp, suốt đêm qua tôi đã không ngủ được vì nghĩ đến gia đình bà. Bà cười, nói cảm ơn có vẻ bằng lòng. Phố hôm nay thật vắng. Mọi cửa hàng đều đóng trừ những trạm xăng. Giáng Sinh với người Mỹ quan trọng như Tết Việt Nam. Tuyết mỗi lúc một nhiều, đất trời trắng xóa và da thịt tôi tê cóng.

Nhà của gia đình Phyllis nằm trên một đồi cao ở ngoại ô của thành phố Wilmington. Đó là căn nhà một tầng bừa bãi.

Bừa bãi còn hơn những căn nhà người Tàu. Ý nghĩ của tôi bị cắt đứt trước một đám vừa trai vừa gái loai choai ùa ra. Bà Whittenburg tuần tự giới thiệu 11 người con. Phyllis 16 tuổi là người con thứ hai trong gia đình. Tôi chợt thấy nàng thấp thoáng đằng sau cười với tôi. Frances, cô em gái của Phyllis níu tay tôi: *"Chị Phyllis đã gặp Phương đêm qua?"* Tôi chưa kịp đáp thì mẹ Phyllis lên tiếng: *"Phương nói đêm qua không ngủ được vì nghĩ đến gia đình mình đấy."* Bà vừa nói vừa chỉ Phyllis cười tiếp: *"Nó cũng bảo không ngủ được suốt đêm qua."* Cả nhà vỗ tay cười ồ lên.

Chị em Phyllis đông quá, đứng chật cả phòng khách. Tôi còn đứng lóng ngóng ở bậc cửa lớn thì Claudia - cô em gái 9 tuổi của Phyllis kéo tôi ngồi xuống chiếc ghế cạnh đó và hỏi tôi có muốn ra ngoài chơi không. Tôi ngạc nhiên. Ra ngoài chơi cái gì trong lúc tuyết xuống ngập đầu gối và lạnh thấu xương. Chưa hết ngạc nhiên thì Barbara, chị của Phyllis mang đến cho tôi một đôi giày ống bảo tôi mang vào. Tôi đang lúng túng thì nàng đã quỳ mọp dưới sàn thử chân cho tôi với một lô giày ống đang được bầy em lôi ra từ các xó xỉnh nằm lẫn lộn với sách vở, quần áo, đồ chơi...

Lúc này, các em Phyllis đã xuềnh xoàng những giầy ống, áo ấm, mũ nỉ trùm kín đầu, tai, tay chân trông như bầy người rừng. Phyllis mang đến cho tôi một chiếc áo nỉ bảo tôi mặc vào. Tôi từ chối vì thấy mình đã ba bốn lớp áo. Phyllis có vẻ buồn khi tôi lắc đầu. Trên chiếc bàn ở phòng bếp, ông Whittenburg đang lau chùi chiếc máy ảnh cũ kỹ, hình như đã nhiều năm không dùng. Bà Whittenburg cũng lo bỏ phim vào chiếc máy ảnh bé tí teo của bà.

3.

HỒN TÔI
BỌC ĐẦY HƠI THỞ CỦA PHYLLIS

Tôi theo chị em Phyllis ra ngoài. Tuyết trắng xóa cả trời đất. Chị em Phyllis đang vốc tuyết phả vào mặt nhau. Tiếng cười bay đầy trời hòa cùng tiếng lào xào của tuyết trong tay chúng tôi như tiếng của bầy chim sâu nhỏ. Vui làm sao! Ông bà Whittenburg cũng vừa ra đến thềm nhà. Ông bà cười gọi chúng tôi lại gần chụp một lô ảnh kỷ niệm.

Chúng tôi lại tiếp tục tung tăng trong tuyết. Chị em Phyllis vốc tuyết ném đầy vào người tôi rồi cười nắc nẻ. Tôi thấy mình nhỏ đi và vui thật vui giữa sự hồn nhiên và đáng yêu của chị em nàng. Tôi cũng vốc tuyết ném vào họ. Phyllis phả một nắm tuyết vào mặt tôi. Những bọt tuyết tan thành nước, chảy khắp mặt len xuống cổ lạnh điếng người. Tôi nhắm nghiền mắt. Một bàn tay mềm thật mềm vuốt nhẹ những bọt tuyết trên mặt tôi và ấm như tiếng nói: *"Đừng giận Phyllis nghe Phương"*. Tôi mở mắt nắm lấy bàn tay Phyllis và chúng tôi cùng cười. Đôi mắt Phyllis xanh như màu biển, thơm như lá cây và nhẹ như tuyết.

Tôi và Phyllis mỗi lúc một gần gũi. Chúng tôi đuổi bắt, reo cười và phả tuyết vào mặt nhau. Tôi ôm được Phyllis và đắp nguyên một nắm tuyết vào mặt nàng. Tuyết vung vãi trên mặt, len xuống cổ, chảy vào ngực Phyllis. Nàng nhắm nghiền mắt, miệng búng ra những tuyết như người bơi ngộp nước. Thương chi lạ! Tôi vừa nói xin lỗi, vừa phủi tuyết trên mặt và cả chiếc cổ trắng hồng của nàng. Phyllis mở mắt và nói cám ơn. Chúng tôi lại cười. Tôi thấy mình vui hơn lúc nào hết và hồ như hồn tôi đang bọc đầy hơi thở của nàng thì phải.

Tôi theo chị em Phyllis băng qua một con đường đến một đồi cát ngập tuyết. Phyllis nói, tôi sẽ chơi trượt ván (sledding) với chị em nàng. Đồi tuyết từ cao xuôi xuống khoảng 200 mét và được chắn ngang bởi một hố sâu. Sled (ván trượt) là những bè gỗ cong được đóng trên những thanh sắt, đầu sled có thanh gỗ gát ngang. Tôi nhìn ngọn đồi xuôi hun hút rồi nhìn cái hố chắn ngang, tôi rùng mình tưởng tượng cái sled sẽ đưa chúng tôi từ chóp đồi xuống tận dưới kia và rơi tỏm xuống hố.

Phyllis đến bên tôi: *"Phương lạnh?"* Tôi lắc đầu. Nàng cười, chỉ cái sled đang cầm: *"Chơi trượt ván với em nhé."* Tôi nhăn nhó nhìn nàng: *"Phương không biết sử dụng, Phương sợ lắm Phyllis à."* Nàng cười liến thoắng: *"Không sợ gì hết, Phyllis sẽ chỉ cho Phương."* Nàng bảo tôi ngồi đằng sau sled, nàng ngồi trước, hai chân tôi quàng qua hông Phyllis và gác lên hai thanh gỗ ở đầu sled, hai tay tôi ôm chặt lấy ngực nàng. Tôi nhìn chung quanh và nhìn xuống dưới kia. Chị em Phyllis đang đâm sled vào nhau và lộn nhào như những tay đua xe hơi. Có người ủi cả sled vào thân cây cạnh đồi nhưng tất cả đều cười và không ai rơi xuống hố. Phyllis quay lui: *"Bắt đầu nghe Phương."* Nàng ra hiệu cho cô em đứng cạnh đó. Cô bé chạy lại đẩy chiếc sled cho chài xuống. Tôi hoảng vía ôm chặt lấy Phyllis trong lúc nàng đưa tay vẫy mọi người và cười ngặt nghẽo.

Xuống cuối đồi, gần kề miệng hố tôi càng sợ hơn nhưng Phyllis đã thả chân chống xuống tuyết. Chiếc sled chổng ngược lên trời và chúng tôi cùng té lăn cù. Tôi lồm cồm bò dậy một tay phủi tuyết, một tay nắm lấy tay Phyllis níu lên.

Càng muốn lên lại chóp đồi, tôi càng bị trợt bởi tuyết. Phyllis cười rũ ra và bày tôi phải dạng chân và đi ngang theo lối đi của chàng cowboy hoặc bấu chặt hai gót chân xuống tuyết. Tôi bắt chước Phyllis, thấy đi đã khá hơn nhưng nhiều lúc vẫn bổ nhào trông thật tội nghiệp. Cuối cùng Phyllis một tay kéo sled một tay dìu tôi lên. Đến được chóp đồi nàng chỉ sled và cười: *"Lần này Phương cầm lái và em ngồi sau nhé."* Tôi hoảng quá, lắc đầu lia lịa. Phyllis phụng phịu với tôi. Nàng bắt tôi phải ngồi đằng trước.

4.

TÔI TƯỞNG MÌNH NHƯ THANH CỦI ĐANG BỊ TRÔI DẠT TRƯỚC HAI DÒNG NƯỚC

Phyllis đang ấn tôi ngồi xuống chiếc sled thì Claudia chạy đến nắm tay tôi kéo đi. Phyllis la lớn: *"Claudia, chị bày Phương được rồi, không cần đến em."* Cô bé Claudia nhăn mặt: *"Em muốn chơi với Phương, em sẽ bày Phương, không cần đến chị."* Phyllis lộ vẻ cau có: *"Claudia, Phương là bạn chị."* Cô bé Claudia không vừa: *"Nhưng Phương thích chơi với em hơn chơi với chị."* Vừa nói cô bé vừa nhìn tôi tiếp: *"Phải không Phương?"* Tôi lúng ta lúng túng chẳng biết trả lời sao. Tôi tưởng mình như thanh củi đang bị trôi dạt trước hai dòng nước. Phyllis có vẻ giận Claudia, nàng nhìn tôi mặt buồn rười rượi xong lững thững bỏ đi.

Claudia bảo tôi ngồi đằng sau cô bé và cũng như lần chơi trước cùng Phyllis, chiếc sled lao mỗi lúc một nhanh từ chóp đồi xuống dưới hố. Chiếc sled chúng tôi bổ nhào vào một bụi cây, ủi thêm một mảng gỗ lớn. Tôi biết Claudia đau lắm khi chúng tôi lăn kềnh ra tuyết nhưng không dám khóc. Douglas, anh của cô bé vỗ tay cười ha hả. Tôi kéo Claudia đứng dậy, hỏi đau không? Claudia lắc đầu. Cô bé vừa phủi tuyết vừa lấy chân đá vào bụi cây và mảng gỗ, miệng lầm bầm vừa háy Douglas trông thật đáng yêu. Tôi và Claudia cùng dìu nhau lên chóp đồi và lại tiếp tục chơi.

Dần dà, tôi đã dám ngồi trước và ngồi một mình. Chị em Claudia xúm xít bày cho tôi nhiều kiểu trượt ván. Bây giờ thì tôi có thể nằm úp nằm ngửa cho sled chài xuống đồi tuyết. Tôi té sấp té ngửa nhào lộn trên tuyết như chú hề và giông giống người biểu diễn túy quyền, nhưng may phước chưa lần nào lăn xuống hố. Mấy anh em Claudia còn chơi nhiều thế độc hơn. Một sled nhưng năm sáu anh em nằm chồng lên nhau hoặc đứng thẳng, hai tay cầm hai đầu sled lướt nhanh xuống đồi, hoặc lúc thì đứng lúc thì nằm mẹp trên sled.

Tôi đang chơi với Claudia thì nghe tiếng Phyllis gọi. Tôi cầm tay Claudia chạy đến. Nàng giới thiệu tôi với Cherry – người bạn gái vừa đến. Chúng tôi lại tiếp tục chơi. Cherry lăn mình trên tuyết. Tuyết ấp đầy mình mẩy Cherry. Cô bé cười vang, thích thú.

5.

AULD – LANG - SYNE,

BUỒN NHƯ TIẾNG KHÓC.

Gần trưa, chúng tôi vào nhà. Cô bé Claudia rủ tôi đàn Piano. Tôi xoa đầu cô bé cười nói: *"Thích nghe nhưng không biết đàn Claudia à.”* Christina chị của Claudia ngạc nhiên hỏi tôi: *“Phương không biết đàn Piano sao?”* Tôi lắc đầu, Phyllis chen vào: *“Chị sẽ chỉ cho Phương.”* Chúng tôi ùa lại, vây quanh chiếc đàn Piano đặt gần cầu thang, Claudia lấy ra một tập nhạc và dạo một bản. Phyllis xin Claudia cho nàng đánh một bản tặng tôi nhưng Claudia lắc đầu quầy quậy và nói chỉ có cô bé mới được quyền tặng tôi thôi. Tôi phải nài nỉ lắm, Claudia mới chịu rời ghế nhưng môi cô bé chu lại: *“Chị Phyllis chỉ được đánh một bản và chỉ một bản thôi đấy.”*

Phyllis đánh bài “Auld–Lang-Syne,” thơ của Robert Burns người Scotland sáng tác năm 1788, được phổ nhạc và lan nhanh khắp thế giới. Bài nhạc buồn như tiếng khóc trước giây phút chia tay một năm cũ. Tôi không hiểu sao Phyllis lại tặng tôi bản này. Tôi chợt nghĩ không đầy ba tuần nữa tôi sẽ rời Ohio về lại Texas. Bài nhạc như một lời từ biệt của Phyllis. Auld-Lang-Syne thoát ra từ nốt nhạc, bay lên, dìu dặt như nỗi nhớ khôn nguôi. Tôi đứng lặng nhìn Phyllis. Nàng vẫn đánh, nàng không nói, hai lông mày nhíu lại và đôi mắt buồn rười rượi. “... *We two have run about the slopes, and picked the daisies fine, but we’ve wandered many a weary foot, since auld lang syne... Đôi ta cùng chạy trên những triền dốc... hái những đóa hoa cúc dại... rồi thơ thẩn đến chân mỏi rã rời... từ những tháng năm tươi đẹp cũ...”* Nốt nhạc cuối vừa dứt theo tiếng vỗ tay của tất cả trừ Claudia. Phyllis rời ghế bảo tôi chơi. Tôi lắc đầu. Nàng ấn tôi ngồi xuống ghế và nói “Please” nhiều lần với vẻ thành khẩn. Tôi cười mếu máo: *“Phương đâu biết đàn piano.”*

Phyllis lật một bản trong tập nhạc và định nói điều gì với tôi nhưng Claudia đã dùng dằng ngắt ngang: *“Để Claudia bày Phương, không cần chị đâu!”* Tôi thử đánh một vài câu trong bản nhạc Auld-Lang-Syne giữa tiếng vỗ tay reo vui của chị em Phyllis. Tất cả xin tôi chơi tiếp. Tôi mò mẫm đánh hết bài. Bài nhạc vô hồn vì tôi chỉ có thể đánh thành tiếng chứ không biết sử dụng những nốt đệm để bài nhạc linh động. Dù vậy, tôi vẫn nhận được sự khen ngợi của chị em Phyllis hồ như muốn vỡ căn nhà. Tôi quay qua Phyllis nói nàng đàn tiếp cho tôi nghe nhưng Claudia không cho, nhất định không cho ngoại trừ cô bé. Tôi nói Claudia dạo bản Auld-Lang-Syne.

Ca khúc như lời tâm sự của Phyllis đang gửi cho tôi. Ca khúc như lời buồn bã của hai đứa. Phyllis chỉ nhìn tôi không nói. Ngoài kia, băng và tuyết phủ kín. Nhiệt độ âm mỗi lúc một xuống sâu. Lạnh quá!

6.

MỘT CÔ GIÁO DẠY MÚA KHÔNG... THUỘC BÀI

Trong lúc chờ ăn trưa, Claudia đưa tôi lên lầu chỉ các phòng của chị em cô bé. Các phòng bừa bãi những sách vở, gối nệm, áo quần, giày vớ. Sau khi quấn từng lọn tóc bằng những ống quấn tóc và làm điệu trong gương, Claudia lấy ra một chiếc gậy mà tôi thường thấy các cô bé Mỹ trong các đội nhạc cầm múa ở các buổi đi xem bóng rổ, bóng chuyền. Claudia vừa múa vừa bày cho tôi như một cô giáo dạy... múa không thuộc bài. Đang múa và nói làu làu bỗng cô bé khựng lại, xin lỗi tôi vì... quên. Trông bộ điệu cô bé lúc này, Chúa ôi, buồn cười chết đi mất!

Múa gậy xong, Claudia lại trải ra một tấm giấy lớn được

cuộn tròn ở bàn học. Một bức tranh vẽ đêm Chúa ra đời. Claudia chỉ bức tranh và nói đã vẽ nó. Hình ảnh méo mó xiêu vẹo nhưng cô bé đã biết dùng nhiều màu tối, nhất là nâu hợp với cảnh trí để tạo cho bức tranh một nét trầm mặc, trang nghiêm. Claudia tỏ ý muốn treo nó ở phòng ăn nên nhờ tôi mang bức tranh xuống lầu.

Ông Whittenburg đang ngồi trầm tư không nói. Ông thật ít nói. Treo xong bức tranh, chúng tôi bắt đầu ngồi vào bàn ăn. Bữa ăn đơn sơ với bánh mì và giăm-bông. Chị em Phyllis ngồi quây quần bên tôi, vừa ăn vừa cười nói rôm rả. Ăn xong, Claudia và Douglas rủ tôi ra trượt ván. Tôi muốn từ chối nhưng nhìn đôi mắt Claudia như thành khẩn, môi Claudia như mếu đi nếu tôi lắc đầu. Tôi lại mang giày ống, mặc áo ấm, đội mũ. Lúc qua nhà bếp tôi nhìn thấy Phyllis đang cùng Barbara và các cô em dọn dẹp bát đĩa. Tôi hỏi Phyllis có ra chơi trượt ván với tôi không, nàng nheo mắt cười và nói: *"Ra ngay Phương à"*.

Tuyết đang xuống. Lạnh cấu lấy hai tai và mũi tôi đau nhói. Claudia và tôi dắt tay nhau chạy lên đồi. Cậu bé Douglas đã ở đó tự bao giờ. Ba chúng tôi nằm sấp mỗi đứa trên một sled và đưa chân bấu vào sled nhau. Dù đã giữ chặt, nhưng ba sled cũng rời ra khi trượt xuống đồi, đôi lúc lại ủi vào nhau.

Chơi trượt ván chán, tôi rủ Claudia và Douglas xuống hố. Hố thật rộng gần như một thung lũng, chạy thoai thoải ra mút một khu rừng thưa. Hố có nhiều chỗ bị lún sâu, che kín bởi băng và tuyết thật đáng sợ. Chúng tôi phải bước thật chậm và nối chân nhau như những chiến sĩ cố tránh những hầm chông và mìn bẫy của địch. Lúc chúng tôi chạy lên miệng hố thì Phyllis và các em nàng cũng vừa ra.

Chiều nay, tôi mang giày ống mà quên mang thêm giày bên trong nên tuyết ngấm vào, da thịt như rã ra. Hết đi nổi. Phyllis đến bên tôi: *"Lạnh hả Phương?"* Tôi lắc đầu: *"Chỉ lạnh đôi chân thôi Phyllis à."* Nàng cầm lấy tay tôi: *"Phương chơi trượt ván với em nhé."* Tôi vuốt nhẹ từng ngón tay nàng: *"Chân Phương đau quá, thôi Phyllis chơi mỗi mình cho Phương ngắm đi."* Phyllis trông buồn lắm khi tôi từ chối nên chỉ chơi chút xíu xong kéo sled theo tôi và Claudia vào nhà.

7.
ÂM THANH XÔ ĐUỔI NHAU CÙNG NHỮNG NỐT NHẠC CHẠY LOẠN XẠ TRÊN TAY TÔI

Tháo được đôi giày, tôi chạy đến đứng trên vỉ sắt có đặt máy sưởi ấm phía dưới. Hơi nóng bốc lên. Đôi bàn chân khô dần và ấm lại. Cậu bé Douglas đã vào nhà và đang chiên bắp trên bếp để đãi tôi. Barbara đang tần mẫn tô màu hai trái tim bằng giấy cứng để đeo tai. Đôi chân đã hết tê cóng, tôi bắt ghế ngồi cạnh Barbara. Claudia cũng bắt ghế ngồi cạnh tôi. Cô bé bắt tôi một tay choàng qua hông, và tay kia ấp lên trái tim cô bé. Mọi người cười rộ lên trừ Claudia. Cô bé nhìn mọi người rồi nhìn tôi: *"Phương là bạn trai của Claudia."* Tôi cười: *"Claudia không thể là bạn gái của Phương. Claudia chỉ là em gái của Phương thôi."* Claudia lắc đầu quầy quậy, tay cô bé vẫn giữ tay tôi nơi trái tim và ngã đầu vào vai tôi: *"Không, Claudia là bạn gái của Phương."* Phyllis chen vào: *"Claudia, em mấy tuổi?"* Claudia thản nhiên: *"Em chín tuổi."* Phyllis kêu lên: *"Ồ, nhỏ gần ba lần tuổi Phương, làm thế nào làm bạn gái của Phương được?"* Claudia vẫn thản nhiên: *"Nhưng Claudia muốn làm bạn gái của Phương thôi."* Trong im lặng, Claudia tiếp: *"Đó, chị Phyllis thấy không, Phương nói nhiều lúc chị Phyllis và anh Douglas không hiểu. Nhưng em hiểu hết. Có ai hiểu Phương bằng em đâu. Như vậy em có phải là bạn gái của Phương không?"* Chị em Phyllis lăn ra nền nhà cười ngặt nghẽo. Tôi chợt nhớ lúc sáng khi tôi phát âm chữ "sergeant" và chữ "afraid" với Phyllis và Douglas, thoạt tiên chỉ có Claudia hiểu thôi. Phyllis đổ bắp ra chén mỗi người rồi bắt ghế ngồi cạnh tôi. Những hạt bắp chiên nở trắng xóa như bông tuyết. Chị em Phyllis vừa ăn bắp vừa giả bộ quàng tay qua vai tôi. Claudia tức giận, mặt hầm hầm hất hết tay người này đến tay người nọ ra.

Những hạt bắp reo vui cùng chúng tôi giữa chiều xuống. Barbara là chị cả đang học năm cuối Trung học. Theo nàng, năm tới không vào Đại học mà sẽ gia nhập binh chủng Không Quân. Riêng Phyllis năm tới mới lên Trung học đệ nhị cấp. Phyllis đồng ý với tôi chỉ học chứ không vào lính.

Ăn bắp chưa xong, Phyllis đã rủ tôi chơi bài. Tôi lắc đầu. Phyllis háy tôi, cười nhăn mặt: *"Ghét Phương quá. Cái gì cũng lắc đầu."* Dù vậy, cô bé Christina cũng chạy đi lấy bộ bài và chúng tôi đã sát phạt nhau bằng những cái búng tay trong không khí cùng những trận cười nghiêng ngả. Claudia không rời tôi. Lúc nào cô bé cũng sợ Phyllis giành mất tôi.

Chơi bài chán, tôi bảo Claudia đàn piano cho tôi nghe. Sau vài bản, Claudia xin tôi tặng cô bé một bản. Tôi xoa đầu và ngồi cạnh Claudia. Theo những số đã ghi sẵn trên mỗi nốt nhạc tôi đã đánh bài Auld-Lang-Syne. Phyllis đứng dựa mình vào lưng tôi. Hôn và vuốt tóc tôi. Tôi một tay đánh đàn, một tay quàng qua lưng Phyllis. Âm thanh xô đuổi nhau cùng những nốt nhạc chạy loạn xạ trên tay tôi. Chiều xuống ngoài kia tự bao giờ!

Buổi cơm chiều đã đến. Mọi người quây quần bên nhau vừa ăn vừa trò chuyện. Bây giờ ở quê nhà, chắc mẹ tôi đang niệm hương và các cháu tôi đang sửa soạn quần áo Tết và sắp sửa được khoe tiền lì xì trong những bao giấy đỏ. Một ngày mới trong năm mới lại đến. Ước chi có đôi cánh, tôi sẽ bay cùng khắp quê hương Việt Nam, đậu xuống trái tim mỗi người, thả những lời chúc mừng đầu năm như người gieo lúa rắc những hạt giống xanh trong trên cùng khắp ruộng đồng đất Việt.

Ăn xong, tôi theo chị em Phyllis và cô bạn của Phyllis lên lầu cùng chơi một trò chơi kỳ cục. Mỗi người chọn một vị trí trên một tấm giấy lớn rồi khom lưng di chuyển trên những ô màu theo đúng ô màu trên một bàn quay có kim chỉ do một người ở ngoài quay và hô lớn. Năm sáu mạng người lòn qua quéo lại trên một tấm giấy tựa một đàn cừu chui rúc giữa những chiếc chuồng chật hẹp trông buồn cười quá. Không chịu chơi nhưng Phyllis đã quỳ người tháo giày tôi và xô tôi vào "vòng chiến." Chưa kịp chống hai tay xuống một ô màu, chị em Phyllis đã hất tôi lăn cù. Tôi đưa hai tay lên trời xin thua, không chơi nữa. Phyllis lắc đầu, háy và bẹo vào má tôi. Đôi mắt Phyllis xanh biếc, tôi tưởng chừng mặt biển xanh trong giữa sớm mai đầy nắng hồng.

8.

HÃY CHO ANH ĐƯỢC NẮM TAY EM

Chị em Phyllis lại hô hào ra chơi trượt ván. Phyllis quỳ mọp dưới sàn nhà cài từng khuy trên đôi giày ống cho tôi. Nàng lại mang ra chiếc áo nỉ rộng thùng thình bảo tôi mặc vào. Tôi từ chối. Phyllis làm nghiêm "truyền lệnh" cho tôi giong hai tay. Nàng tròng áo vào người tôi xong đưa thêm một đôi găng tay. Nhìn Phyllis tự dưng lòng tôi xao xuyến lạ.

Ngoài trời, tuyết xuống đều và không có lấy một bóng người. Mọi nhà đều kín cửa trừ những ánh đèn màu nhấp nháy trên những cây giáng sinh cùng ảnh tượng Chúa bên trong cửa kính. Nhìn cô bạn của Phyllis lăn mình giữa đồi tuyết như lăn trên cỏ ấm đầy nắng, tôi chợt lạnh người. Phyllis ngồi trước cầm sled, tôi ngồi sau ôm chặt lấy Phyllis. Từ chóp đồi, chiếc sled bắt đầu lao xuống. Tôi nhắm nghiền mắt đến lúc chiếc sled lăn quay giữa tuyết rồi lật nhào vào những sled của bầy em Phyllis làm tôi và nàng quấn lấy nhau, mặt mũi hai đứa bê bết những tuyết. Tôi mở mắt, thở và cười mếu máo với nàng.

Chúng tôi thôi trượt ván, nắm tay nhau vừa đi vừa hát. Chúng tôi băng qua nhiều con đường. Lúc qua mỗi thánh đài, tất cả dừng lại, tay nối tay thành hình tròn vừa nhảy vừa hát theo một điệu luân vũ. Tiếng hát của chị em Phyllis chạy thoai thoải trong đêm tối với tuyết. Tuyết bay đầy trong trời cùng tiếng hát. Tôi ngửa mặt. Tiếng hát đọng trong tuyết thơm và ngọt đầy miệng tôi.

Chúng tôi lại băng qua nhiều cánh rừng thưa ngập

tuyết. Tuyết phản chiếu từ những ánh đèn Giáng Sinh xa xa, loáng thoáng như ngọc trắng từ trời vãi xuống. Cô bạn của Phyllis cùng chị em Phyllis dang tay và duỗi chân ngã lưng xuống tuyết. Hồn tôi đang bay trong tuyết vướng đầy màu mắt xinh như màu lá non của Phyllis. Chúng tôi lại dắt nhau chạy nhảy trong tiếng hát giữa tuyết và đêm tối. Dưới bóng đèn ở ngã tư lúc tôi cúi hôn Phyllis tôi chợt thấy cô bạn nàng dường như thân thể đang rã ra vì tuyết. Áo quần cô đẫm những tuyết và đôi mắt như người say. Cô say tuyết? Tôi chắc thế.

Nửa khuya, ba mẹ Phyllis lái xe đưa tôi về trường. Nàng ngồi băng sau cùng tôi. Những ngón tay chúng tôi đan vào nhau và đôi mắt chúng tôi kiếm tìm nhau trong đêm tối. Phyllis chợt hát khẽ: *"I want to hold your hand"* - một tình khúc của Lennon McCartney được ban nhạc The Beatles của Anh trình bày năm 1963 và là một trong 500 bài hát hay nhất và bán chạy nhất thế giới năm 1964: *"I will tell you something... I think you'll understand... When I'll say that something... I want to hold your hand... I want to hold your hand... I want to hold your hand... Oh please say to me... Em sẽ bày tỏ với anh vài điều... Em nghĩ anh sẽ hiểu được... Khi em nói ra điều này... Em muốn nắm tay anh... Em muốn nắm tay anh... Em muốn nắm tay anh..."*

Tôi không hát. Tôi đọc tiếp lời ca của Phyllis rất khẽ, khẽ lắm: *"Oh please say to me... You'll let me be your man... And please say to me... You'll let hold your hand... Now, let me hold your hand... I want to hold your hand... And when I touch you... I fell happy inside... Làm ơn nói với anh... Anh là người đàn ông của em... Làm ơn nói với anh... Em sẽ cho anh nắm tay em... Hãy cho anh được nắm tay em... Anh muốn được nắm tay em... Và khi được chạm đến tay em... anh cảm thấy hạnh phúc trong lòng...*" Đường không một bóng người. Tôi hôn vào tóc Phyllis. Tóc Phyllis nhẹ như mây và thơm như tuyết ngoài kia.

9.
SÓNG VỖ DẠT DÀO TRONG LÒNG

Suốt một đêm tôi chập chờn với những hình ảnh không đâu. Hình như tôi đã nhớ Phyllis. Buổi trưa vừa đi học về bỗng có tiếng gõ cửa. Christina, em gái của Phyllis ló đầu vào bảo có Phyllis và Cherry đang chờ ngoài xe. Mừng quá, tôi đã reo lên như trẻ nít.

Hôm nay ba me Phyllis đi vắng. Claudia đàn piano cho tôi nghe. Tôi bảo cô bé dạo lại bản Auld-lang-syne. Phyllis mỉm cười hỏi sao tôi thích Auld-lang-syne đến thế. Tôi nhìn vào mắt Phyllis, hồ như tôi đang nghe được tiếng sóng vỗ dạt dào trong lòng mình khi nói: "*Ngày đầu gặp nhau Phyllis đã tặng cho Phương bản này, vậy mãi mãi Phương chỉ thích mỗi Auld-lang-syne.*" Phyllis gật đầu, đôi má ửng hồng, thật đáng yêu!

Chúng tôi đang chuyện trò thì cậu bé Douglas vào kéo tôi ra bếp chỉ hai con gà đã vặt lông nằm chèo queo trong nồi nước sôi: "*Douglas sẽ đích thân làm gà cho Phương ăn đó.*" Douglas, 15 tuổi nhưng lại thích làm bếp. Trong bữa ăn nào tôi cũng thấy cậu bé xoắn xuýt với Barbara và bà Whittenburg lo bếp núc.

Có tiếng gọi của Phyllis, tôi vội chạy vào phòng khách. Phyllis ấn tôi ngồi bệt dưới sàn cùng nàng rồi hai đứa chụm đầu lật một album ảnh kỉ niệm ngày cưới của ba mẹ cô bé. Phyllis cứ nhìn hình ảnh rồi lại nhìn tôi cười chúm chím. Tôi thấy lòng rộn ràng một niềm vui khó tả.

10.

CƠN MƠ KHÔNG TƯỞNG.

Buổi trưa ba me Phyllis từ Cincinaty về. Mẹ Phyllis nhờ Claudia trao cho tôi một lá thư. Tôi xếp lá thư cất vào túi trong lúc Claudia kéo tôi ngồi vào lòng ghế bành, còn cô bé ngồi trên thành ghế. Cô bé lại bắt tôi quàng tay qua hông và ôm chặt cô bé vào lòng. Chị em Phyllis cười khúc khích, trong lúc cô bé làm nghiêm và tự nhiên như người lớn.

Mới 9 tuổi nhưng hình như không lúc nào Claudia cho mình là con nít. Phyllis ngồi dưới sàn nhà chơi bài với Frances, Christina. Cherry vừa cười hỏi Claudia: *"Phương là bạn trai của em?"* Claudia mân mê những ngón tay tôi nói một cách tỉnh queo: *"Vâng, Phương là bạn trai của em."* Cô bé liếc Phyllis rồi thản nhiên tiếp: *"Em sẽ lấy Phương. Phương sẽ là chồng của em."* Tôi nháy Phyllis và nhìn Claudia: *"Bao giờ bé sẽ lấy Phương?"* Claudia đáp không ngượng ngập: *"Ngày mai."* Tôi cười: *"Ngày mai Phương bận."* Claudia vẫn thản nhiên: *"Hôm nay."* Tôi vuốt tóc cô bé: *"Lúc nào trong hôm nay?"* Claudia nhìn tôi: *"Ngay bây giờ."* Chị em Phyllis ôm nhau cười bò lê bò càng dưới sàn cơ hồ muốn vỡ căn nhà. Tôi cười nhìn Claudia rồi nhìn Phyllis: *"Nhưng anh đã có vợ rồi. Đám cưới được cử hành ngoài hiên một nhà thờ trong đêm Giáng Sinh, chị Phyllis cũng thấy đó."* Claudia tròn xoe mắt nhìn Phyllis. Phyllis gật đầu: *"Vâng, chị đã thấy đám cưới của Phương trong đêm Giáng Sinh lúc chị đi lễ..."*

Claudia lắc đầu không tin: *"Chị Phyllis nói dối. Phương chưa có vợ. Em sẽ lấy Phương."*

Tôi nhìn sâu vào mắt Claudia. Đôi mắt trong xanh, xinh lạ của cô bé 9 tuổi nhưng hình như lúc nào cũng buồn, cũng muốn khóc ngay cả những lúc cô bé vui nhất. Tôi bóp nhẹ bàn tay Claudia. Bàn tay với năm lá tre tí xíu xanh xao trong tay tôi: *"Claudia ạ, bé mới 9 tuổi làm sao lấy Phương được, và dù được nhưng chắc gì mẹ bé bằng lòng."* Tôi tưởng nói để nói nhưng không ngờ Claudia vụt khỏi lòng tôi chạy ra ngoài. Tôi cố níu và gọi cô bé lại nhưng không kịp. Phyllis nhìn tôi cười bảo: *"Không sao."*

Mẹ Claudia đang ở bếp. Tôi nghe được tiếng cười lẫn tiếng nói loáng thoáng của bà với Claudia. Tôi nghe rõ một câu của bà: *"Con phải lớn thêm mười tuổi nữa mới lấy Phương được Claudia ạ."* Claudia chạy vào, tôi cười hỏi: *"Sao, mẹ Claudia có chịu cho bé lấy Phương không?"* Claudia ôm chầm lấy tôi gật đầu. Tự dưng tôi xúc động. Cái xúc động thấm đẫm nỗi bàng hoàng như sau một cơn mơ không tưởng.

11.
TÔI CỨ NGỠ MÌNH ĐANG SOI TÌNH GIỮA LÒNG BIỂN VÀ BƠI LỘI TRONG LÒNG BIỂN ĐÓ

Buổi ăn chiều đã dọn lên và tôi được ăn món gà của đầu bếp Douglas thật ngon đến hai chén cơm còn bắt thêm. Sau bữa ăn, tự tay Phyllis làm kem cho tôi. Chiều bắt đầu xuống.

Bầu trời đục như nước gạo, và tuyết mỗi lúc một nhiều hơn ngoài kia. Tôi đang đứng thơ thẩn bên Claudia thì Phyllis mang ra một chiếc áo nỉ cùng đôi giày ống rồi tự nàng mặc chiếc áo và tròng giày cho tôi. Phyllis muốn tôi, nàng và Claudia ra trượt ván. Nhìn vào mắt Phyllis, cử chỉ Phyllis, tôi mơ hồ như nàng sắp dành cho tôi một sự ngạc nhiên.

Chúng tôi đang trượt ván bỗng Phyllis nói với Claudia: *"Em cứ chơi. Chị phải đưa Phương về nhà vì Phương cảm lạnh."* Tôi thoáng ngạc nhiên. Tôi có cảm lạnh đâu. Claudia ngoe nguẩy lắc đầu: *"Em muốn theo Phương. Không có Phương em buồn lắm."* Claudia nói vậy nhưng Phyllis cố bắt cô bé ở lại không cho theo. Hai chị em cùng dùng dằng trông thật buồn cười và đáng yêu quá! Tôi im lặng. Phyllis kéo tay tôi chạy xuống đồi. Claudia chạy lẽo đẽo theo sau với khuôn mặt buồn xo. Dưới chân đồi, Phyllis dừng lại nắm lấy tay Claudia trong lúc tôi vuốt tóc cô bé: *"Claudia vào nhà trước, chị Phyllis muốn đưa Phương đi xem một vài nơi trong vùng."* Claudia vùng vằng không chịu: *"Phương là chồng của em. Phương đi đâu em đi đó."* Tôi chợt hiểu ý muốn của Phyllis cùng "tình yêu" của cô bé 9 tuổi dành cho tôi. Chúng tôi quàng vai nhau đi chầm chậm trong tuyết lẫn bóng đêm. Tuyết ngập sâu đến đầu gối. Chân lún dưới tuyết sau mỗi bước đi. Tôi cứ ngỡ mình là Tôn Ngộ Không đang đi trên mây. Ngộ nghĩnh làm sao!

Khi sắp băng qua một con đường lớn, Phyllis dừng lại với một giọng cứng rắn: *"Claudia, em có biết dưới 16 tuổi không được ra đường vào ban đêm không?"* Vẻ mặt Claudia nhăn nhó đến tội nghiệp: *"Chị muốn đưa Phương đi đâu?"* Phyllis làm nghiêm: *"Một vài nơi."* Tôi thương Claudia quá. Tôi siết chặt tay Claudia: *"Chị Phyllis nói đúng, Claudia mới*

9 tuổi không được ra đường ban đêm. Chị Phyllis chỉ đưa Phương đi xem một vài nơi trong vùng rồi về ngay. Sau đó Phương sẽ cùng chơi với bé và chỉ mình bé thôi, Claudia à." Claudia ngoe nguẩy lắc đầu. Chúng tôi lại vòng vào nhà, và tiếp tục nài nỉ Claudia đến lúc cô bé xiêu lòng, nhưng: *"Chị Phyllis chỉ được đưa Phương đi trong năm phút thôi đấy. Quá năm phút em không thèm chơi với chị Phyllis nữa đâu."* Tôi nhìn thấy khuôn mặt Claudia buồn rười rượi, đôi mắt ươn ướt như sắp khóc.

Tôi và Phyllis ôm nhau băng qua nhiều con đường ngập tuyết. Tuyết đang xuống phủ đầy mặt mũi, áo quần hai đứa. Tôi không nhớ mình đã băng qua bao nhiêu con đường, nói bao nhiêu chuyện. Một lúc, bên hiên nhà Phyllis, chúng tôi đã dừng lại, ôm chặt nhau. Ở đó, tôi đã hôn Phyllis, chúng tôi đã hôn nhau. Tôi tiếc, trời không có chút nắng để tôi có thể nhìn rõ đôi mắt Phyllis đang nhìn tôi, đôi tay Phyllis đang ôm tôi, trái tim Phyllis đang ướp lên trái tim tôi và đôi môi Phyllis nồng ấm trên đôi môi tôi. Và, khi tôi thầm thì thương Phyllis quá đỗi, nàng đã buồn rầu nói với tôi trong nước mắt: *"Vài hôm nữa Phương về Texas rồi. Phương đừng bao giờ nói thương Phyllis, Phương nói thương Phyllis, em chỉ biết khóc thôi."*

Trong đêm tối, giữa những đèn nến loáng thoáng sau các cửa kính nhạt nhòa vì hơi nước của khu xóm cùng sự phản chiếu của tuyết, đôi mắt Phyllis trong lòng ngực tôi xanh trong, đẹp lạ. Tôi cứ ngỡ mình đang soi tình giữa lòng biển và được bơi lội trong lòng biển đó. Phyllis siết lấy tôi. Ngực Phyllis mềm và nhẹ như một loài hoa dại. Tiếng nàng lí nhí như gà con. Đáng yêu làm sao!

Lúc chúng tôi vào nhà, Claudia đang bắt ghế khuấy gì đó

đang sôi trên bếp. Cô bé nhìn tôi buồn bã: *"Phương hứa chỉ đi với chị Phyllis năm phút nhưng đã gần một tiếng. Phương nói dối với Claudia... Phương..."* Giọng Claudia nghẹn ngào bọc đầy nước mắt. Tôi chỉ biết xin lỗi và xoa đầu cô bé...

Nửa khuya, ba me Phyllis lái xe đưa tôi về trường. Phyllis và Claudia đưa tôi vào tận phòng. Chúng tôi đã vẫy tay nhau mãi đến lúc chiếc xe nhạt nhòa trong đêm. Tôi chỉ còn thấy mỗi mình tôi trong tuyết, bóng đêm, cơn rét với bàn tay vẫy mãi...

12.
CÔ BÉ HẠT TIÊU
VÀ TÌNH YÊU CÓ MÙI SỮA

Tôi đang nhớ Phyllis. Tôi mò mẫm số điện thoại nhà ông bà Whittenburg trong sổ niên giám. Chuông điện thoại reo, tôi đã gặp ngay tiếng Phyllis. Tiếng Phyllis reo vui như tiếng chim. Tôi bảo đang nhớ Phyllis chi lạ và ước gì được gặp Phyllis cho đỡ nhớ. Phyllis cũng nói nhớ tôi lắm, nhớ chết người được. Nàng nói: *"Dưới 18 tuổi không được lái xe Phương biết không, nhưng hãy đợi em Phương nhé. Em sẽ nhờ Cherry, bạn em lái xe đưa em vào thăm Phương, rồi chúng mình đi chơi bowling chiều nay."* Tôi vội vã mặc đồ và nhấp nhỏm chờ đợi. 10 phút sau tôi mừng quá khi thấy bóng dáng Phyllis trong xe của Cherry.

Sân chơi bowling gần trường tôi học. Tôi biết bowling từ lâu nhưng chưa bao giờ chơi nên ngay ván đầu tôi đã bị Phyllis hạ 56/73 điểm. Phyllis buồn lắm khi thấy điểm nàng cao hơn tôi. Ván thứ hai nàng đã thả cho tôi được thắng với điểm 79/54. Mỗi lần tôi đánh trúng nhiều bowl, Phyllis vỗ tay reo lên. Trái lại Phyllis đánh trúng, cô bé lại buồn xo. Chiều nay trông cô bé nhỏ nhắn và xinh lắm. Nàng mặc lại chiếc áo vàng cùng chiếc quần jean nâu sẫm ống voi có nhiều tàng xếp vào nhau mà tôi đã khen nàng hôm lễ Giáng Sinh.

Rời sân bowling, chúng tôi về nhà Phyllis. Nhà nàng hôm nay thật vắng. Ba me cùng các em Phyllis đi vắng gần hết. Tôi chỉ thấy Barbara ngồi đọc sách ở nhà bếp và Claudia đang sửa soạn ra ngoài trượt ván. Cô bé nhìn tôi không cười cũng không nói. Trong đôi mắt cô bé có chút gì lạnh lùng và giận dỗi. Tôi nhìn Claudia thật lâu và tưởng chừng cô bé đã già đi mấy tuổi. Tôi vừa cài những nút áo nỉ cho Claudia vừa hỏi: *"Claudia có nhớ Phương không?"* Cô bé không nói chỉ gật đầu. Tôi hỏi tiếp: *"Claudia không bao giờ quên Phương chứ?"* Cô bé cũng chỉ gật đầu không nói rồi lững thững bước ra cửa. Tôi nhìn theo Claudia, chợt một ý nghĩ thoáng qua: "Chẳng lẽ Claudia đã biết yêu và yêu tôi sao?"

Cherry và Phyllis đang bỏ phim vào máy ảnh rồi cả ba chúng tôi kéo nhau ra rặng thông cạnh nhà. Phyllis nhắm tôi bấm máy lia lịa. Cherry kéo Phyllis lại gần tôi và chúng tôi đã được cô bé chụp mấy bô ảnh trông thật lãng mạn. Claudia cũng vừa chơi trượt ván về. Đôi chân nhỏ xíu của cô bé lún sâu dưới tuyết sau mỗi bước đi trông thật tội nghiệp. Tôi rời Phyllis chạy lại ôm Claudia vào lòng: *"Sao Claudia buồn quá vậy? Bé không chơi với Phương nữa sao? Bé đã lấy Phương kia mà."* Claudia chỉ gật đầu sau mỗi câu nói của tôi. Nhìn đôi mắt buồn bã của Claudia, nhìn đôi môi như mếu của Claudia, nhìn sự im lặng đến lạnh lùng của Claudia... nước mắt tôi nhòe cả đôi mắt. Tôi chợt nhớ câu nói của mẹ Claudia hôm nào: *"Con phải lớn thêm mười tuổi mới lấy*

Phương được."

Buổi tối, Cherry lái xe đưa Phyllis tiễn tôi về trường. Claudia không theo tôi như những hôm trước. Suốt hôm nay Claudia không nói với tôi một lời ngoài sự buồn bã cùng nỗi lạnh lùng trong đôi mắt bọc đầy nước mắt của cô bé 9 tuổi.

13.
ƯỚC CHI EM LÀ THI SĨ

Đêm qua, tôi đã đi dự tiệc cùng mẹ nuôi của tôi - nữ ký giả da đen Elenor-H-Hickerson - do quý bà trong nhóm tranh đấu cho quyền phụ nữ mời. Bà Elenor thương tôi và nhận tôi làm con trai của bà. Bà 48 tuổi, đang cộng tác cho tạp chí da đen Ebony và viết thường xuyên cho các báo Journal-Herald, Xenia-Daily, Dayton-Daily... chuyên về đề tài bất công xã hội, kỳ thị màu da, quyền bình đẳng của phụ nữ... Bà mơ ước một thế giới đầy tình thương và một xã hội công bằng.

Tôi nhớ mãi lời bà nói: *"Tại sao người Việt Nam không biết thương yêu và tin tưởng lẫn nhau mà lại đi thương yêu và tin tưởng kẻ khác."* Tôi quý trọng bà ở nhân cách, tài năng và hơn hết là một ký giả đặt trọn cái tâm ở ngòi bút vì kẻ khác. Nhiều người Mỹ da trắng không thích bà, kể cả các thầy giáo và bạn học lớp tôi, trong đó biết đâu có cả ông bà Whittenburg và chị em Phyllis.

Buổi tiệc kéo dài đến 5 giờ sáng. Tôi đã ngủ lại nhà bà Elenor-H-Hickerson sau những viên thuốc ngủ. Thuốc ngủ đã làm đầu óc tôi quay cuồng, mệt mỏi không dậy nổi. Một giờ trưa, tôi nhờ một người bạn Mỹ lái xe đưa tôi lại nhà Phyllis. Tôi thoáng thấy một chút ngạc nhiên trên khuôn mặt ông bà Whittenburg. Lẽ ra tôi phải gọi điện thoại cho ông bà Whittenburg để ông bà lái xe vào trường rước tôi như lời tôi đã nói với ông bà qua điện thoại đêm qua, nhưng hôm nay tôi đã đến đột ngột, đến từ nhà bà Elenor-H-Hickerson và đến quá trưa. Barbara đã đi làm thêm. Phyllis đã đến thư viện. Các em Phyllis đang quét dọn trên lầu. Tôi chỉ còn biết ngồi với Claudia.

Một đêm không ngủ cùng những viên thuốc ngủ đang cào xé thân xác tôi. Claudia hỏi sao tôi buồn. Tôi cười gượng gạo: *"Buồn nhưng không biết tại sao Claudia ạ."* Cô bé ôm lấy tôi trong cùng một chiếc ghế và dịu dàng vuốt từng ngón tay tôi. Claudia hỏi đi hỏi lại sao tôi buồn. Giọng Claudia trầm và nhẹ với tất cả lo lắng. Claudia mới 9 tuổi nhưng lời nói và cử chỉ cô bé là của người lớn. Tôi ít thấy Claudia cười. Với khuôn mặt trái xoan, lông mi thật dài trên đôi mắt thật sắc, tôi nghĩ Claudia sẽ đẹp lắm trong một vài năm tới.

"Mẹ ơi, Phương nói Phương buồn đó." Claudia gọi mẹ cô bé ở bếp và nói như vậy. Mẹ Claudia quay lên nhìn tôi mỉm cười: *"Phương buồn vì không có ai chơi với Phương hôm nay."* Đúng rồi, ngoài Claudia không còn ai chơi với tôi hôm nay. Douglas mang đến cho tôi một ly nước cùng hai viên thuốc cảm. Claudia vẫn nằm trong lòng tôi và buồn như tôi vậy. Claudia hỏi tôi khá chưa. Tôi lắc đầu. Christina rủ tôi và Claudia ra chơi trượt ván nhưng tôi từ chối. Tôi bảo Claudia ra chơi với Christina nhưng cô bé lắc đầu: *"Phương không chơi Claudia cũng không chơi đâu."* Nói thế nhưng tôi đọc thấy trong mắt cô bé sự vui thích nếu tôi nhận lời. Tôi nằm

tay Claudia và Christina chạy lên đồi trong đôi mắt sáng rỡ của hai cô bé. Hôm nay tuyết đã ít hơn mọi hôm. Đồi tuyết nhiều chỗ đã ló đất ra ngoài nên lúc lăn cù trên đồi mình mẩy tôi cấn phải đất đau ghê gớm.

Chúng tôi vào lại nhà, Phyllis vẫn chưa về, Claudia đem bang-box, clunk-a-clunk... ra cùng chơi với tôi: *"Phương chơi cho quên buồn và mệt đi Phương."* Sao tôi lại có thể mệt và buồn đến như vậy? Ngoài mệt vì thuốc ngủ, có phải tôi còn buồn vì nhớ Phyllis và những sợi nhớ đang giăng đầy tâm hồn tôi.

Bốn giờ chiều Phyllis về. Với đôi mắt tròn xoe nơi khung cửa lớn, nàng ngạc nhiên nói không ngờ tôi đã đến hôm nay. Phyllis cất sách vở rồi ngồi xuống cạnh tôi cùng với Claudia và các em nàng. Tất cả lật từng trang nhật ký viết bằng tiếng Việt của tôi mang theo.

Chị em Phyllips không đọc được tiếng Việt nên dò từng chữ, xem từng dòng. Khi thấy được tên của mình, chị em nàng reo lớn, vui mừng. Một đoạn tôi viết về một đêm tôi đã hôn Phyllis, các cô bé xúm xít hỏi tôi đã viết gì, tôi nói tôi đã viết về một đêm... Phyllis đỏ mặt, siết lấy tay tôi bảo đừng nói, đừng nói... Khuôn mặt Phyllis hồng chi lạ. Tôi chợt thèm cắn một trái mận. Một trái mận đỏ hồng và ngọt ngào như đôi má Phyllis bây giờ. Các cô em Phyllis cười khúc khích bắt nàng kể cho nghe. Phyllis lắc đầu quầy quậy. Christina và Jane nói biết rồi, biết rồi vừa nâng cằm Phyllis lên. Đôi má Phyllis mỗi lúc một hồng thêm. Tôi chưa hề thấy một người con gái Mỹ nào mắc cỡ đáng yêu quá như nàng.

Bữa cơm chiều, Claudia và Phyllis ngồi cạnh tôi. Bữa ăn

chỉ vỏn vẹn bánh mì chấm nước sốt và thịt bò băm. Trong các gia đình người Mỹ tôi đã đến thăm, có lẽ gia đình ông bà Whittenburg nghèo và đông con nhất. Một giờ trước đây tôi đã xúc động, đôi mắt nhòe đi vì nước mắt khi thấy Douglas và Kenneth, mỗi cậu bé cột một chiếc bị vải trên người với mười mấy tờ nhật báo đem bỏ báo cho các gia đình trong vùng. Sau bữa cơm, tôi bắt ghế ngồi cạnh Phyllis mở tập thơ tôi đã viết trong gần hai năm ở Mỹ và giải thích cho nàng nghe 6 bài thơ nho nhỏ viết tặng nàng:

BƯỚM MỘNG

Gió lùa làn trăng mỏng
Lao xao tà áo đêm
Bồng bềnh con bướm mộng
Ghé nhẹ xuống môi em.

BÚP SEN

Chợt hôn người trong tuyết
Chim kêu khẽ trong răng
Xinh chi mà xinh tuyệt
Lồ lộ đôi búp sen.

ĐÔI CHIM SẺ

Có cô gái dung dăng
Có chàng trai dung dẻ
Hai người một trời trăng
Líu lo đôi chim sẻ.

CƠN MÊ

Cho ta níu mắt em
Qua cơn mê là lạ
Cho ta níu bóng đêm
Nhớ chi mà nhớ quá.

LÁ NÕN

Ta ngắt hạt sương mọn
Bịn rịn trong mắt em
Ngồ ngộ như lá nõn
Chộn rộn trái tình đêm.

TRĂNG KHUYẾT

Qua cơn mê cháy dạ
E ta chết mất thôi
Mắt xanh mùi cỏ lá
Trăng khuyết vịn bờ môi.

Phyllis đôi má đỏ ửng cười thích thú và nói: *"Ước chi em là thi sĩ để làm thơ cho Phương đọc."* Tôi hôn nhẹ vào má nàng: *"Thơ tình của Phyllis-Phương."* Chúng tôi cùng cười vui như đôi chim sáo.

Trời vừa tối, cha mẹ Phyllis lái xe đưa tôi về lại trường. Như mọi hôm Phyllis xin ông bà Whittenburg theo tiễn tôi, ông bà không nói gì nhưng Claudia ngoe nguẩy lắc đầu: *"Hôm trước chị Phyllis bảo em dưới 16 tuổi không được ra đường ban đêm nên chị đã đưa Phương đi chơi một mình. Em buồn lắm. Hôm nay, em muốn tiễn Phương về trường một mình không có chị Phyllis. Em xin chị.”* Phyllis im lặng nhìn tôi buồn rầu rồi quày quả bỏ vào nhà. Tôi không dám nhìn theo. Tôi sợ nỗi nhớ sẽ kéo tới vây bủa lấy tôi. Suốt con đường dài hun hút ngoài Claudia với bóng đêm trên chiếc xe của ông bà Whittenburg, tôi đã không còn được nghe Phyllis hát, không còn đôi bàn tay đan vào nhau, đôi mắt kiếm tìm nhau và mái tóc Phyllis thơm và nhẹ như tuyết ngoài kia...

13.

NHỮNG HẠT TUYẾT GHIM VÀO HỒN TÔI ĐAU NHÓI

Tôi muốn nằm suốt hôm nay, muốn không thấy một ai, không nghĩ gì hết. Tôi cố nhắm mắt, cố ngủ nhưng không được. Bây giờ đã tám giờ sáng chủ nhật. Nhiều anh em Việt Nam đã bay nhảy từ chiều qua. Những lúc như lúc này tôi thường nhớ chị em Phyllis. Nhớ cái thế giới tuổi ngọc của chị em nàng. Nhớ quá, tôi bật dậy, vội vã thay đồ rồi quá giang xe một người bạn Mỹ đến nhà Phyllis.

Claudia đã ôm chầm lấy tôi khi tôi vừa bước vào cửa lớn. Riêng Phyllis hôm nay có vẻ buồn. Nàng không còn chuyện trò rối rít với tôi như những hôm trước. Nàng trao cho tôi một xấp ảnh nàng vừa chụp cho gia đình, nói vài câu rồi xuống bếp. Tôi mơ hồ như mình sắp mất Phyllis. Tôi ngồi chơi với Claudia. Buổi cơm trưa được Phyllis dọn lên. Chị em của Phyllis vỗ tay reo vui: *“Hôm nay Phyllis tự tay làm bếp đãi Phương đó!”* Tôi ngồi cạnh Claudia và Phyllis. Giữa lúc ăn, Kenneth ngắm nghía trong ống kính của máy ảnh chụp một vài tấm kỷ niệm cho tôi và Phyllis. Bỗng cậu bé la lên: *"Chị Phyllis nhúc nhích hoài không chụp được."* Phyllis nói: *"Càng tốt."* Tôi không hiểu sao Phyllis lại buồn. Tôi cố hỏi nhưng Phyllis mãi lắc đầu, đôi mắt ươn ướt như muốn khóc. Tôi chợt thèm tiếng nói, chợt nhớ nụ cười và tiếc nuối những gì của hai đứa.

Ông bà Whittenburg về nhà lúc chúng tôi dùng cơm xong và tôi đang nắm tay Claudia, Jane, Christina ra ngoài chụp ảnh. Lúc vào lại nhà tôi đã không còn thấy Phyllis. Tôi ngồi chơi twixt, phchisi, le-jeu-joli với các em Phyllis nhưng hình như hồn tôi đang bị cuốn theo một trận bão tuyết. Những hạt tuyết tới tấp ghim vào hồn tôi đau nhói. Chuông điện thoại bỗng reo, Claudia nhấc lên và bảo tôi có điện thoại của nữ ký giả da đen Elenor-H-Hickerson từ trường tôi gọi đến. Bà hẹn sẽ đón tôi ở nhà ông bà Whittenburg và đưa tôi đi thăm một số tòa soạn báo mà bà cộng tác.

Tôi từ giã gia đình Phyllis một cách đột ngột. Chị em Claudia đưa mắt nhìn tôi thoáng ngạc nhiên. Claudia ôm chặt lấy tôi buồn bã và khóc. Tôi ngó dáo dác nhưng không thấy Phyllis đâu. Hình như ông bà Whittenburg không thích nữ ký giả da đen Elenor-H-Hickerson. Biết đâu, ông bà đã giận tôi vì tôi đã được bà Elenor-H-Hickerson nhận tôi làm con trai. Nhưng, chẳng lẽ Phyllis cũng giận tôi vì bà Elenor-H-Hickerson?

14.

NGƯỜI NGỠ ĐÃ XA XĂM BỖNG VỀ QUÁ THÊNH THANG...

Nhật ký, Texas ngày...tháng...năm...

Sáng nay, các bạn học từ Ohio về Texas cho biết chị em Phyllis hỏi quá nhiều về mình. Riêng Phyllis, mỗi lần gặp anh em Việt Nam, Phyllis lại đưa tập thơ cùng bài báo mình viết tặng chị em và ba mẹ Phyllis để nhờ họ dịch ra tiếng Anh. Các bạn bảo sao Phyllis nhớ và yêu mình đến thế. Còn cô bé Claudia thì cứ luẩn quẩn lắng nghe khi ai đó nhắc về mình nhưng không nói lời nào.

Sau buổi chiều từ giã ông bà Whittenburg, từ giã chị em Phyllis một cách đột ngột, mình đã không trở lại ngôi nhà của chị em nàng một lần nào nữa cho đến ngày rời Ohio về lại Texas. Tình yêu hình như đang đến! Mình phải cắn răng cắt đứt, và Phillis cũng đang làm điều đó thì phải. Cả hai phải tự xóa nhanh trước khi cơn bão đổ tới chỉ khổ và khổ thôi. Và cả Claudia – cái cô bé hạt tiêu đáng yêu của mình. Mình chợt nhớ lá thư của ông bà Whittenburg, vội mở ra:

Dear Phuong,

The house is finally quiet now that the children are all in bed. I want to tell you how happy you made us with your visit today. You and they made it our best Christmas ever. ***Your mother and family must be very proud of you.*** *May God keep you safely in His loving care.*

Sincerely,

Donna Whittenburg.

Phương thân mến,

Trong sự im vắng hoàn toàn của căn nhà lúc này vì các con tôi đã ngủ. Tôi muốn bày tỏ với Phương niềm hạnh phúc mà Phương đã mang lại cho gia đình chúng tôi hôm nay. Phương và các con tôi đã mang đến một mùa Giáng Sinh đẹp nhất cho vợ chồng chúng tôi đấy. ***Mẹ Phương và gia đình Phương chắc hẳn hãnh diện vì Phương.*** *Chúa sẽ giữ Phương trong sự an* lành và bình yên.

Thân ái,

Donna Whittenburg.

Lá thư được mình xếp cất cùng tấm giấy ghi điểm của Phyllis hôm chơi bowling với tên hai đứa được ghép chung "Phương-Phyllis, Phyllis-Phương". Xếp cất một kỉ niệm. Nhưng sao lạ quá! "*... Tình ngỡ đã quên đi như lòng cố lạnh lùng... Người ngỡ đã xa xăm bỗng về quá thênh thang... Ôi áo xưa lồng lộng đã xô dạt trời chiều... Như từng cơn nước rộng xóa một ngày đìu hiu... Tình ngỡ đã phôi pha nhưng tình vẫn còn đầy... Người ngỡ đã đi xa ...nhưng người vẫn quanh đây...*"*(*)*

(Ohio, USA 1970)

(*) Nhạc Trịnh Công Sơn.

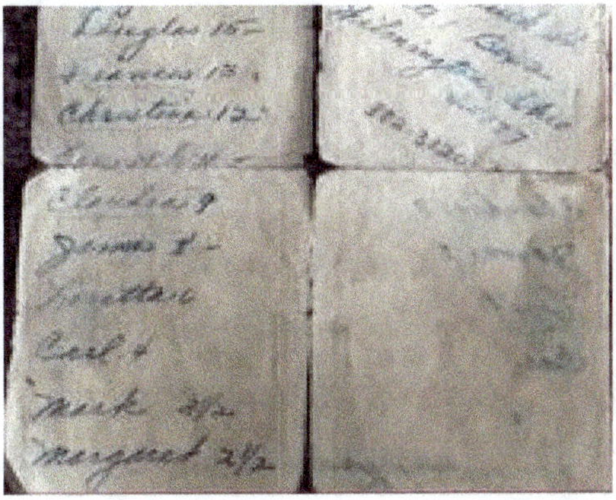
Douglas 15
Christina 12
James 8
Carl 4
Mark 2½
Margaret 2½

Tên 11 người con của ông bà Donna Whittenburg gửi Phương Tấn.

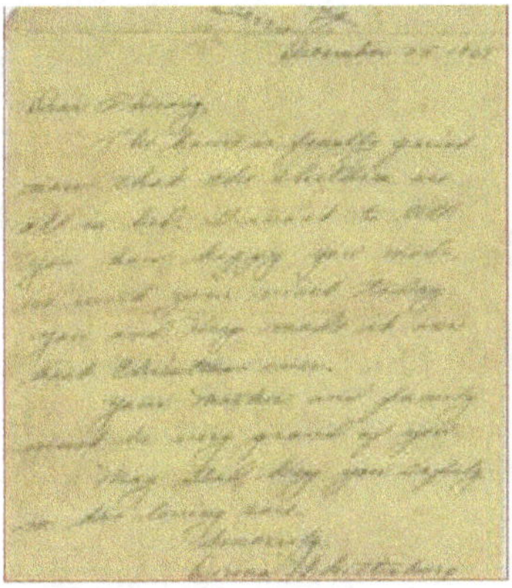

Lá thư của ông bà ông bà Donna Whittenburg gửi Phương Tấn.

Bài "Cô Bé Hạt Tiêu Và Cái Đêm Giáng Sinh Năm Ấy" trích đăng trên tuần báo Thế Đứng Xuân 1971 tại Sài Gòn.

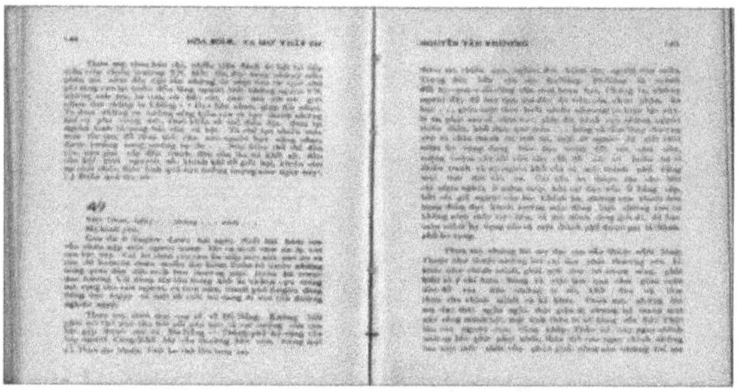

Trọn bài viết "Cô Bé Hạt Tiêu Và Cái Đêm Giáng Sinh Năm Ấy" in trong tập bút ký Hòa Bình, Ta Mơ Thấy Em năm 1972, tái bản năm 1974 tại Việt Nam.

HÒA BÌNH, TA MƠ THẤY EM - SỐNG CÙNG TÂM NGUYỆN

1.
MÙA HÈ ĐỎ LỬA

Thưa Mẹ,

Việt Nam năm 1972, một năm ròng rã chiến tranh. Cuộc nội chiến tương tàn mỗi lúc một ác liệt. Đồng bào miền Trung từ Quảng Trị, Thừa Thiên... ùn ùn chạy vào Đà Nẵng. Các trại tạm cư tràn ngập người tị nạn trong "Mùa hè đỏ lửa".

Với tâm nguyện cứu giúp đồng bào tị nạn miền Trung cùng khổ, cấp học bổng toàn niên Trung học cho các em học sinh nghèo hiếu học, mua đất xây dựng *"Trung Tâm Sinh Hoạt Thanh Thiếu Niên Việt Nam"* và lập *"Làng Cô Nhi Thương Yêu"* cùng nhiều công tác xã hội khác, năm 1970 con lập phong trào *Anh Em NGƯỜI TRẺ VIỆT NAM - Phụng sự Văn hóa và Xã hội* tại Mỹ, năm 1972 con lập NXB Cùng Khổ tại Việt Nam.

NXB Cùng Khổ in lần đầu 3 ngàn cuốn *"Hòa Bình, Ta*

Mơ Thấy Em"– một tập bút ký được con viết tại Mỹ trong 2 năm học tại đây, đã đăng nhiều kỳ trên nhật báo Dân Ta của nhà báo kỳ cựu Nguyễn Vỹ, trừ chi phí còn được 328.670 đồng. Với số tiền này, *Anh Em NGƯỜI TRẺ VIỆT NAM* trích 202.500 đồng giúp 214 gia đình chiến nạn miền Trung thuộc thành phần cùng khổ trong 30 trại tị nạn tại Đà Nẵng. Số tiền 126.170 đồng còn lại cấp 18 học bổng toàn niên 1973-1974 cho 18 học sinh nghèo hiếu học từ lớp 6 đến lớp 12 là con em Quân Công thuộc Bộ Chỉ Huy Kỹ Thuật & Tiếp Vận Không Quân Việt Nam.

Đầu năm 1974, NXB Cùng Khổ tái bản thêm 3 ngàn cuốn *"Hòa Bình, Ta Mơ Thấy Em".* Lần phát hành này, không biếu tặng, sách không đủ bán, thu được 766.500 đồng. Tổng cộng 2 lần in, trừ chi phí, thu được *1.095.170 đồng (một triệu không trăm chín mươi lăm ngàn một trăm bảy chục đồng). Anh Em NGƯỜI TRẺ VIỆT NAM* tiếp tục công việc cứu giúp đồng bào chiến nạn miền Trung trong các trại tị nạn tại Đà Nẵng và Bà Rịa-Vũng Tàu, cấp học bổng toàn niên 1974-1975 cho các em học sinh nghèo hiếu học từ lớp 6 đến lớp 12, là con em của các đơn vị thuộc Bộ Chỉ Huy Kỹ Thuật &Tiếp Vận Không Quân, Trường Kỹ Thuật Tân Sơn Nhất, Trường Kỹ Thuật Biên Hòa, Sư Đoàn 3 Không Quân, Trường Ngô Quyền (Biên Hòa), Trường Khiết Tâm (Biên Hòa), Trường Trần Thượng Xuyên (Biên Hòa), Trường Phan Châu Trinh (Biên Hòa), Trường Nguyễn Du (Biên Hòa), Trường Minh Thế (Biên Hòa), Trường Thánh Giá (Biên Hòa), Trường Lê Bảo Tịnh (Sài Gòn)... Và đặc biệt là tiến tới mua đất xây dựng *"Trung Tâm Sinh Hoạt Thanh Thiếu Niên Việt Nam"* và lập *"Làng Cô Nhi Thương Yêu".*

2.

DỞ DANG, GÃY ĐỔ BỞI SỰ TÀN KHỐC CỦA CUỘC CHIẾN TƯƠNG TÀN "THE FALL OF SAIGON"

Theo tâm nguyện của con, trong các em nghèo hiếu học nhận được học bổng toàn niên đó sẽ có nhiều em đồng cảm, sát cánh cùng *"Anh Em NGƯỜI TRẺ VIỆT NAM"* thực hiện các công tác xã hội hữu ích và chung tay xây dựng *"Làng Cô Nhi Thương Yêu"*. Nhưng thưa Mẹ, "việc tiến tới này" buồn thay đã dở dang, gãy đổ bởi sự tàn khốc của cuộc chiến tương tàn...

Không lực Hoa Kỳ không kích miền Bắc không khác trận Điện Biên Phủ trên không đưa đến việc ký kết Hiệp định Paris vào ngày 27 tháng 01 năm 1973 tại Paris, chấm dứt sự hiện diện của Hoa Kỳ về quân sự, và hơn hết là chấm dứt chiến tranh, lập lại hòa bình tại Việt Nam. Nhưng, hòa bình đã không hề lập lại, trái lại đưa miền Nam rơi vào biển máu. Tháng 01 năm 1974, Trung Cộng tấn công chiếm quần đảo Hoàng Sa của Việt Nam. Tiếp đó, một thảm cảnh tàn khốc của cuộc nội chiến suốt ngày đêm.

Cuối tháng 10 năm 1974, Quốc Hội Mỹ ngừng viện trợ cho Việt Nam Cộng Hòa. Đầu năm 1975, Việt Nam Cộng Hòa mất dần quyền kiểm soát. Các phần đất miền Nam lần lượt rơi vào tay Cộng quân. Ngày 30 tháng 4 năm 1975, tướng Dương Văn Minh lên đài phát thanh tuyên bố: *"Tôi, tướng Dương Văn Minh ra lệnh cho tất cả binh sĩ hạ vũ khí đầu hàng ...”* Ngày 30 tháng Tư năm 1975 cũng là ngày mà người miền Nam gọi đó là: *“Ngày Quốc Hận”* hay *“Tháng Tư Đen,”* còn báo chí phương Tây gọi là *“The Fall of SaiGon – Sự sụp đổ của Sài Gòn.”*

3.
NGƯỜI ĐẦU TIÊN CON NGHĨ TỚI, ĐÓ LÀ MẸ

Trong chuỗi ngày đen tối, và ngay trong tháng Tư đen cận kề ấy, thưa Mẹ con vẫn mải mê chia sẻ cùng đồng bào chiến nạn trong các trại tị nạn ở Bà Rịa - Vũng Tàu. Đến tận khuya ngày 30 tháng 4 năm 1975, con tất tả quay về Sài Gòn bằng nhiều cách như đu xe đò, ngồi chót vót trên mui xe tải, và chạy bộ... Khi con chạy bộ băng qua các rừng cao su, lố nhố quanh con ôi người là người, cổ quấn khăn rằn, chân mang dép râu, đầu đội mũ tai bèo...

Đến được Sài Gòn người đầu tiên con nghĩ tới, đó là Mẹ. Mẹ chắc đang rối cả ruột gan vì con. Rồi con nghĩ mông lung, nghĩ vô định, nghĩ như một kẻ mộng du giữa hàng triệu triệu người đang ồ ạt bỏ chạy khỏi nước. Trong giây phút sống còn, người cuối cùng con nghĩ đến vẫn là Mẹ. Con quyết định ở lại Việt Nam. Nhiều người thân quen nhìn con ngơ ngác, họ không hiểu tại sao trên đời lại có một người khờ dại và điên khùng như con!

(Vũng Tàu - Sài Gòn ngày 30-4-1975)

ANH EM
NGƯỜI·TRẺ·VIỆT·NAM
PHỤNG-SỰ
VĂN-HOÁ VÀ XÃ-HỘI

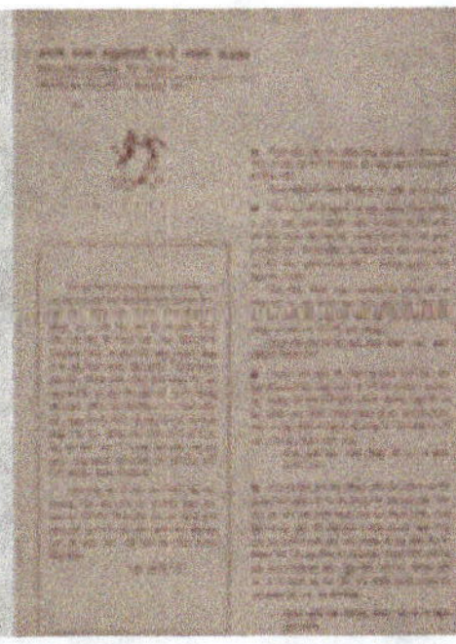

NGUYỄN TẤN PHƯƠNG
hòa bình
ta mơ thấy em

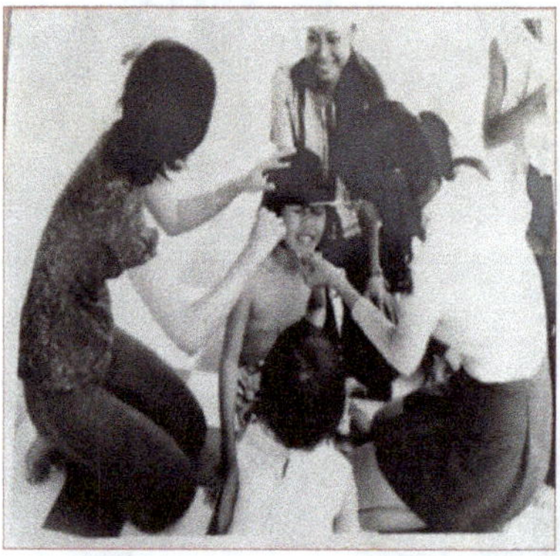

H1: *Logo: Anh Em NGƯỜI TRẺ VIỆT NAM – Phụng sự Văn Hóa & Xã Hội (Hình người tượng trưng cho Anh Em 3 miền Trung Nam Bắc Việt Nam).*

H2: *BẢN TIN của Anh Em NGƯỜI TRẺ VIỆT NAM xuất bản hàng tháng.*

H3: *Tập bút ký "Hòa Bình, Ta Mơ Thấy Em" của Phương Tấn.*

H4+5+6: *Cứu giúp đồng bào cùng khổ trong các trại tị nạn miền Trung.*

H7+8+9: *Cấp học bổng toàn niên Trung học cho các học sinh nghèo hiếu học miền Nam.*

H10: *Đại diện Ban Giám Hiệu trường Trung học Khiết Tâm Biên Hòa và Thiếu Tướng KQ Từ Văn Bê cùng Phương Tấn trong buổi cấp học bổng toàn niên Trung học cho các học sinh nghèo hiếu học miền Nam niên khóa 1974-1975.*

H11+12: *Anh Em NGƯỜI TRẺ VIỆT NAM hớt tóc, gội đầu, bày ca hát, hướng dẫn vui chơi và dạy làm bếp, nấu ăn cho trẻ em đường phố, cơ nhỡ Biên Hòa.*

H13+14: *Cứu giúp đồng bào miền Trung bị bão lụt.*

CẢM NHẬN: "HÒA BÌNH, TA MƠ THẤY EM"

Trong thời gian chờ tái bản lần thứ hai, tôi đã trích đăng một vài lá thư gửi Mẹ trong tập bút ký "Hòa Bình, Ta Mơ Thấy Em" trên Facebook. Những lá thư đã thu hút đông đảo quý anh chị và các bạn vào đọc và cảm nhận.

Tôi chân thành biết ơn và xin chọn in một số cảm nhận tiêu biểu của quý anh chị và các bạn trong lần tái bản này.

"HÒA BÌNH, TA MƠ THẤY EM"

Nhà thơ, nhà giáo

CÔNG HUYỀN TÔN NỮ QUI HỒNG

Chỉ với một lá thư được trích từ tập bút ký *Hòa Bình, Ta Mơ Thấy Em*, người ta đã có thể hiểu được tâm tư của một người trai thời chiến - một người mà lý tưởng luôn dẫn bước trên những con đường dẫy đầy khổ đau để đến với những người cùng khổ vì chiến nạn.

Không dễ gì tìm được bạn đồng hành nên nhiều khi

chàng trai ấy cảm thấy *"cô đơn tuyệt cùng"* hoặc *"trong nỗi chua xót đang nói, trong niềm cô liêu đang viết".*

Thế nhưng, trên tất cả, anh ấy đã được *"Mẹ dìu dắt và ơn trên phù hộ"* tinh thần, đến nỗi *"những lời Mẹ dạy, con thuộc nằm lòng".*

Một người Mẹ phải như thế nào để con trai của bà có thể vững bước với tinh thần bi - trí - dũng của Phật giáo? - Một người thường viết thư cho con đang ở xa vạn dặm để nhắc nhớ về thành phố quê hương: *"Đà Nẵng là thành - phố - hy - vọng của những người cùng khổ ..."* Nhắc nhớ con *"phải yêu thương kẻ khác như chính mình. Phải giữ tâm trí trong sáng, ý chí mạnh mẽ và việc làm hữu ích cho chính mình và xã hội".* Một người mẹ hằng đọc kinh Samvuttanikaya đến nỗi con trai mãi nhớ lời Đức Phật với chúng đệ tử.

Tình mẹ con của họ thật thắm thiết, đáng yêu: *"Con đã nhảy xuống xe, chạy vội đến ôm lấy Mẹ. Hình như Mẹ đã gầy đi hơn hai năm trước. Mẹ đã không cầm được nước mắt và không thốt được thành lời".*

Chàng trai ấy không những yêu kính mẹ bởi sự dạy dỗ nhẹ nhàng mà thấm đẫm tâm hồn, anh còn có một niềm hãnh diện ngầm về dáng vẻ nền nã quí phái của mẹ: *"Mẹ ơi! Xe chưa dừng, con đã thấy Mẹ mặc chiếc áo ngắn màu hồng đất, cổ đeo xâu chuỗi ngọc xanh mướt mà Mẹ rất quý, đứng lóng ngóng ở cửa lớn trông ra đường".*

Thật không ngạc nhiên khi cuối đời thi sĩ Phương Tấn có nhiều đêm chưa tỉnh giấc và cả ban ngày đang làm việc tự dưng kêu lên: *Mẹ ơi! từ vô thức, chứ không phải một hình bóng giai nhân nào!*

"ƯỚC CHI SÁNG NAY, LÚC NÀY CÓ MẸ"

Nhà thơ

HƯ VÔ

Một tấm lòng, sự minh triết và tình yêu quê hương gói trong bức tâm thư cho Mẹ hiền... Vô cùng khâm phục anh Phương Tấn - một tâm hồn thao thức đang khi bao người trong cơn ngủ mê.

"ƯỚC CHI SÁNG NAY, LÚC NÀY CÓ MẸ"

Nhà thơ

DUNG THỊ VÂN

Lá thư gởi Mẹ của nhà thơ Phương Tấn rất hay và đầy ý nghĩa. Mà đọc đi rồi phải đọc lại để suy ngẫm từng câu, từng chữ...

"Mẹ ơi, một xứ sở có thể nào lớn mạnh khi chính người lãnh đạo đã thổi tắt những ngọn đuốc "yêu dân" để bày ra một bóng tối với những ám ảnh hãi hùng." (Phương Tấn)

"ƯỚC CHI SÁNG NAY, LÚC NÀY CÓ MẸ"

Bạn đọc

NHU HIỀN TRẦN

"Và thưa Mẹ, việc làm của con từ bao giờ đến bây giờ vẫn không hề mong sẽ được trả ơn của bất cứ ai kể cả Thượng Đế, ngoài mỗi ước ao vừa kể để xứng đáng con là con của Mẹ và chúng ta chính thật là những người Việt Nam. "

Kính trọng và cảm phục tấm lòng bao dung, niềm kiêu hãnh là người Việt Nam của anh Phương Tấn.

Xin phép anh cho em được share để mọi người trong gia đình đến bằng hữu của em được đọc những lá thư gửi Mẹ đầy ý nghĩa này.

"ƯỚC CHI SÁNG NAY, LÚC NÀY CÓ MẸ"

Nhà thơ, nhà văn hóa

HUỲNH NGỌC THƯƠNG

Anh Phương Tấn ơi!

Viết hay và rất ý nghĩa.

Mong rằng tính nhân bản trong các bài anh viết được nhân rộng đến với mọi người Việt chúng ta.

"ƯỚC CHI SÁNG NAY, LÚC NÀY CÓ MẸ"

Nhà báo

DỤC TÚ ĐÀO

Trời sinh ra anh Phương Tấn đa cảm; lại là người đa... chữ nên thư gửi mẹ trong ngữ cảnh đất nước chiến tranh dễ chạm vào phần đa cảm của trái tim mọi người; dù thời xưa đã qua vĩnh viễn.

"ƯỚC CHI SÁNG NAY, LÚC NÀY CÓ MẸ"

Bạn đọc

TRẦN QUANG

"Thưa Mẹ! Người lãnh đạo không phải là người ngồi một chỗ thật cao, xa khuất quần chúng, mà chính là người hòa mình vào ý thức và nguyện vọng thiết tha của quần chúng."

Lá thư gửi Mẹ đã viết từ mấy mươi năm trước, nhưng con cảm nhận bài viết này như chú Phương Tấn vừa viết hôm nay! Rất đúng, rất hay và giá trị. Con rất cảm phục chú Phương Tấn!

Con mong rằng những vị lãnh đạo đất nước thời nay sẽ đọc được bài viết này của chú Phương Tấn!

"ƯỚC CHI SÁNG NAY, LÚC NÀY CÓ MẸ"

Bạn đọc

LÊ THỊ NGỌC NỮ

"Thưa Mẹ, con ước ao niềm hạnh phúc đích thật sẽ đến cho mọi người. Và, trước khi hạnh phúc đến, con nguyện được chia cơm xẻ áo bên lớp người cùng khổ - lớp người mà tự bao giờ đến bây giờ đã cho con biết thế nào là cuộc đời, sự đau khổ và bổn phận mình".

Bài viết đầy tính nhân văn, đọc xong chắt lọc được cho riêng mình cách sống. Cảm ơn nhà thơ Phương Tấn rất nhiều!

"ƯỚC CHI SÁNG NAY, LÚC NÀY CÓ MẸ"

Bạn đọc

TADEO TRUONG

Những năm 60 học trường Phan Châu Trinh, Đà Nẵng tôi có đọc thơ cả văn Phương Tấn trên tạp chí Phổ Thông. Phương Tấn ni có phải Phương Tấn nớ không. Lúc đó trời thương cho tui có bài thơ trên đó là mừng ngủ không được, người lâng lâng như đi trên mây; còn Phương Tấn thì thơ đăng dài dài. Nếu phải thì gởi cho chử oui hay yes nghe Phương Tấn.

Những lá thư viết gửi Mẹ của Phương Tấn trong tập bút

ký *Hòa Bình, Ta Mơ Thấy Em* hay và ý nghĩa quá!

"ƯỚC CHI SÁNG NAY, LÚC NÀY CÓ MẸ"

Nhà thơ

XUÂN THAO

Phương Tấn dẫu đã lớn khôn nhưng bao giờ cũng muốn lúc thúc bên Mẹ. Thư gửi Mẹ là tâm cảm của Phương Tấn gửi về Mẹ Quê Hương với lòng đau xót vô biên của người con khi thấy Mẹ Việt Nam còn tang thương trong chiến tranh và thù hận.

Không chỉ lá thư *Ước Chi Sáng Nay, Lúc Này Có Mẹ* mà tất cả thư gửi Mẹ trong tập bút ký *Hòa Bình, Ta Mơ Thấy Em* đều mang ý nghĩa như một thông điệp đầy tính nhân văn, dưới bút pháp tài hoa của Phương Tấn - một thi sĩ chân tài của đất nước.

"MẸ ƠI! KHÔNG KHÉO, SẼ DO CHÍNH CON THỔI TẮT NGỌN NẾN NÀY"

Bạn đọc

UYÊN PHONG TÁN

Đọc thơ văn Phương Tấn đừng vội chê khen, mà cần suy ngẫm. Trầm tích vàng ròng, càng khơi càng sáng. Đạo

- đời, viên dung. Tôi quý kính và ngưỡng mộ Phương Tấn.

“MẸ ƠI! KHÔNG KHÉO, SẼ DO CHÍNH CON THỔI TẮT NGỌN NẾN NÀY”

Nhà thơ

BÙI MỸ DUNG

Những lá thư sẽ còn mãi với thời gian. Tình mẫu tử thiêng liêng khiến lòng người xúc động khi đọc được những dòng tâm sự được viết bằng tất cả bao khắc khoải nhớ thương này.

Những lá thư không phải chỉ còn trong ký ức mà còn nguyên vẹn đây kỷ vật của người xưa được nâng niu gìn giữ như báu vật vô giá. Với tình yêu cao quý này có lẽ những lời khen tặng bao nhiêu cũng chưa đủ.

Mẹ đã khuất xa nhưng Mẹ lại rất gần trong lòng tác giả. Và khi thời gian không còn nhiều, tác giả lại càng thấy gần Mẹ nhiều hơn .

“MẸ ƠI! KHÔNG KHÉO, SẼ DO CHÍNH CON THỔI TẮT NGỌN NẾN NÀY”

Nhà văn, nhà thơ

NGUYỄN CÔNG MINH

Tình mẹ con của nhà thơ Phương Tấn luôn làm người đọc ngưỡng mộ và cảm động.

Những lá thư mỏi mòn trông đợi của MẸ đã là nguồn cảm giác sâu xa nhất, thúc đẩy Phương Tấn sáng tác loạt bút ký tiêu biểu nhất, đặc thù nhất về vũ trụ của một người MẸ.

"ELEANOR H-HICKERSON - NỮ KÝ GIẢ NGƯỜI MỸ DA ĐEN VỚI TRÁI TIM BÁT NGÁT HÀO KHÍ"

Nhà giáo

VÂN THANH

Bài viết của nhà thơ Phương Tấn với nội dung khô khan: Bất đồng chính kiến trong xã hội phức tạp của loài người nói chung và xã hội Việt Nam nói riêng.

Nhưng dưới ngòi bút của anh, văn phong thật nhẹ nhàng sâu lắng, tình cảm thật đậm đà đã trải dài vào lá thư anh tâm sự với Mẹ - là chỗ dựa duy nhất khi ta bị vấp ngã hay mỏi mệt trên đường đời - đã lôi cuốn người đọc với nội dung anh muốn truyền tải.

Bài thơ anh làm tặng nữ ký giả người Mỹ da đen Eleanor Hickerson thấm đẫm tình cảm giữa người với người

Phương Tấn ơi! Anh đừng sợ những khát vọng của anh cùng những suy nghĩ và hành động khác thường của anh không một ai thấu hiểu và chia sẻ. Anh cũng đâu bị kéo lê cuộc đời mình theo chuỗi ngày dài cô độc và không đâu...!

Sự thật đã được trả lời, được minh chứng thật rõ ràng qua biết bao người đón nhận nồng nhiệt những tác phẩm giá trị đã xuất bản của anh, qua sự đồng tình, khâm phục những công việc hữu ich cho xã hội mà anh đã làm, cho lớp người cùng khổ mà anh đã thực hiện, phải không tác giả?

"ELEANOR H-HICKERSON - NỮ KÝ GIẢ NGƯỜI MỸ DA ĐEN VỚI TRÁI TIM BÁT NGÁT HÀO KHÍ"

Bạn đọc

THUY NGUYEN

Bức thư của nhà thơ-nhà văn Phương Tấn đã nói lên được những trăn trở đau đáu của một người còn rất trẻ nhưng có những suy nghĩ rất trưởng thành, già dặn.

Bức thư là một tâm sự ngổn ngang về thời cuộc, về lý tưởng của tuổi trẻ, có thể vốn xa lạ với nhịp sống cuồng vội của giới trẻ thời ấy, được viết cho Mẹ mình. Điều này cho thấy được tầm vóc cao cả như một tượng đài của người Mẹ của nhà thơ-nhà văn Phương Tấn, ít nhất là trong lòng đứa con.

Một người Mẹ ngoài tình thương bao la như các bà Mẹ khác, còn đồng hành với con trong mọi suy tư về cuộc đời, về quê hương - một người bạn đường chung thủy sẻ chia mọi khoảnh khắc, dù ở xa xôi hay bên cạnh. Thật đáng khâm phục.

"ELEANOR H-HICKERSON -
NỮ KÝ GIẢ NGƯỜI MỸ DA ĐEN VỚI
TRÁI TIM BÁT NGÁT HÀO KHÍ"

Bạn đọc

VŨ THỊ PHƯỚC

Trước tiên tôi xin khen tài của nhà thơ Phương Tấn đã. Bài viết của anh thật hay, vì vấn đề chính trị nhiều khi khô khan mà anh viết có sức lôi cuốn, để người đọc phải theo dõi đến cuối, và đắt nhất đây là lá thư thực sự gởi cho Mẹ của anh... vậy anh và Mẹ đã cùng suy nghĩ, đồng cảm... Mẹ của anh tuyệt vời như Mẹ Việt Nam đúng nghĩa!

Anh khoe với Mẹ đầy niềm tự hào là nữ ký giả người Mỹ da đen Eleanor H-Hickerson đã nhận anh làm con nuôi. Thật hãnh diện khi có một bà Mẹ có trái tim vĩ đại, yêu công bằng bác ái như bà Eleanor H-Hickerson. Tư tưởng bà đầy chất nhân văn. Bà đã đấu tranh cho nạn kỳ thị chủng tộc trên tinh thần hòa bình và yêu thương đồng loại như tôn chỉ đấu tranh bất bạo động của mục sư Luther King. Quan điểm của bà về đất nước VN - đúng là hai miền Nam Bắc không cùng ngồi lại để cùng một mục tiêu... vì hòa bình và phát triển đất nước! Lòng yêu nước đang bị lạm dụng và nhân dân chỉ trông chờ cái bánh vẽ... rồi thì đau xót và bất lực.

Một người say rượu như bà Eleanor H-Hickerson, đâu ai hiểu bà ấy say khi mọi người đang tỉnh, hay bà ấy tỉnh khi mọi người đang say... Với tôi, một người say như bà thật đáng trân trọng!

Xin cám ơn anh Phương Tấn đã kể về một thực trạng mà gần nửa thế kỷ vẫn tồn tại... Rất trân trọng tâm huyết của anh với quê hương!

"ELEANOR H-HICKERSON - NỮ KÝ GIẢ NGƯỜI MỸ DA ĐEN VỚI TRÁI TIM BÁT NGÁT HÀO KHÍ"

Nhà thơ

BÙI MỸ DUNG

Một người con trai viết thư cho Mẹ đã là rất hiếm. Mà người con trai viết thư cho Mẹ để nói về vấn đề chính trị lại cực hiếm trên đời.

Điều đó cho ta thấy người Mẹ của tác giả là một người Mẹ thật đáng khâm phục mà rất ít những người Mẹ làm được điều đó.

Ngoài lòng hiếu thảo và một mực tôn kính dành cho Mẹ. Tác giả còn luôn đau đáu về vận mệnh của đất nước của dân tộc.

Là một người con ly hương, tác giả có thể tận hưởng cuộc sống tự do trên đất khách nhưng nhà thơ Phương Tấn đã khước từ tất cả, chấp nhận sự lạnh nhạt của bạn bè để theo đuổi một ước vọng hòa bình.

Giá như đất nước này có thật nhiều những người con và những bà mẹ như thế thì đúng là hồng phúc của dân tộc.

"MỘT NGHĨA ĐỊA KHỔNG LỒ KHÔNG BIA MỘ"

Nhà thơ

NGUYỄN THÀNH XUÂN

Chiến tranh thật khủng khiếp và độc ác quá! Vậy mà con người vẫn thực hiện, muốn hủy diệt cả nhân loại trên trái đất này! Cám ơn nhà thơ Phương Tấn đã cho mọi người, cũng như thế hệ sau chiến tranh đọc lại những gì mà anh cảm xúc, ghi lại ở Thế kỉ qua!

"MỘT NGHĨA ĐỊA KHỔNG LỒ KHÔNG BIA MỘ"

Nhà giáo

NGUYỄN THỊ THANH VÂN

Ngày còn ngồi ghế nhà trường tôi chỉ biết mơ hồ là Hoa Kì đã thả 2 quả bom nguyên tử xuống 2 thành phố Hiroshima và Nagasaki của nước Nhật. Khiến Nhật Bản phải đầu hàng vô điều kiện.

Hôm nay qua lá thư của nhà thơ Phương Tấn gửi Mẹ được mang tên: *Một Nghĩa Địa Khổng Lồ Không Bia Mộ*, tôi mới biết chính chiếc Boing B29 này là chiến đấu cơ của Không lực Hoa Kì đã thực hiện 121 phi vụ chiến đấu tại Cao-Ly và ném 2.500.000 tấn bom vào các mục tiêu được mệnh danh là Siêu pháo đài bay và chính nó đã ném 2 quả bom xuống hai thành phố Hiroshima và Nagasaki đã khiến

Nhật Bản đầu hàng vô điều kiện.

Cảm ơn nhà thơ Phương Tấn với một bài viết thật hay về giá trị văn chương vừa là tư liệu vô cùng quý giá cho lớp trẻ yêu nước kế thừa.

"MỘT NGHĨA ĐỊA KHỔNG LỒ

KHÔNG BIA MỘ"

Bạn đọc

LOAN PHƯƠNG

Ít theo dõi diễn biến chiến tranh trên thế giới, tôi chỉ biết là chiến tranh lúc nào cũng tồn tại, nó không chừa một đất nước một dân tộc nào cả. Nước càng lớn vũ khí càng tối tân thì luôn bị những cuộc khủng bố vang dậy. Điển hình như 11-9-2001, nhóm Al-Qaeda đã đánh sập tòa tháp đôi của TTTM thế giới mà chịu mất mát nặng nề là những người dân vô tội...

Giờ đọc được bài viết của nhà thơ Phương Tấn, tôi như mở rộng thêm tầm nhìn về các cuộc chiến lịch sử trên thế giới! Tôi rất biết ơn nhà thơ Phương Tấn về điều này!

"MỘT NGHĨA ĐỊA KHỔNG LỒ

KHÔNG BIA MỘ"

Họa sĩ

ĐỖ THU THỦY

Sự tàn độc của chiến tranh do con người gây ra và tình

yêu thương gắn kết con người với nhau để chung sống trong hòa bình cũng từ tâm hồn và trái tim con người bao dung bảo bọc nhau.

Những vết thương chiến tranh ở lại trong các tác phẩm văn học nghệ thuật mãi mãi. Nỗi đau đi vào quá khứ nhưng không ai quên. Đọc lại những dòng này, hoài niệm buồn... để hiểu rằng người ta ai cũng có Mẹ sinh ra mình và Mẹ - Đất quê mình. Cảm xúc chân thực của người con với hai Mẹ.

"MỘT NGHĨA ĐỊA KHỔNG LỒ KHÔNG BIA MỘ"

Nhà thơ

HỒ XOA

Văn bản vừa có giá trị văn chương lại vừa có giá trị về tư liệu. Tác giả đã làm việc thật đáng kính nể!

"CHIỀU XUỐNG CHẬM TRÊN CHIẾN ĐỊA TÀN"

Nhà thơ

DUNG THỊ VÂN

Đọc lá thư gửi Mẹ được trích từ bút ký *Hòa Bình, Ta Mơ Thấy Em* của nhà thơ Phương Tấn gồm 4 đoạn rời như một thước phim dĩ vãng cuộn về mà xa xót cho một thời không nói nên lời. Nhưng nhà thơ Phương Tấn đã nói lên được hết của thế sự buồn đau thời bấy giờ. Một cảm nhận vô biên xâu xé cõi lòng khi nghĩ về quá khứ. Tình cảm của một người con luôn ý thức được cuộc đời mình kể từ khi Mẹ sinh mình ra và nuôi mình khôn lớn.

Ở đoạn 1,

những câu văn của nhà thơ Phương Tấn thật sống động mà ta tưởng chừng như mọi thứ như đang diễn ra trước mắt. Nào là nét mặt của Mẹ hiền lành cam khổ một đời chỉ vì con. Và hình ảnh của một đứa con tha thiết nghĩ về Mẹ với lòng biết ơn ray rứt yêu thương. Nhưng sống là phải có lý tưởng. Cho nên vì đeo đuổi cái ước mơ của mình mà tác giả đã viết những dòng thư mong Mẹ thứ lỗi vì con đã đi theo cái lý tưởng của mình. Cái lý tưởng của thời thế lúc bấy giờ.

Tôi chợt nhớ một câu nói xa xưa từ thời còn đi học cách mấy chục năm tôi vẫn thuộc mà quên tên tác giả vì lúc bấy giờ còn hời hợt thiếu suy nghĩ, nhưng những câu gì đọc thích là nhớ mãi trong đầu mà điều quan trọng là tên của tác giả thì lại quên mất. Câu nói như thế này: *"Người không lý tưởng như ngựa không cương, như người đi đêm không đèn đuốc".* Và tôi nghĩ Mẹ của anh sẽ tha thứ cho anh vì con người sống không thể nào thiếu lý tưởng cho riêng mình.

Đọc mà đau xót: *"Khi con viết thư này gửi Mẹ giữa một căn phòng ấm cúng, tuyết xuống đầy ngoài kia thật thơ mộng thì ở quê nhà cuộc chiến vẫn sôi động và "người lính" lại tiếp tục nằm xuống trên khắp bụi bờ Việt Nam. Mẹ ơi, làm sao con không buồn và khóc một mình mỗi khi nghĩ đến..."*(Trích)

Ở đoạn 2,

có lẽ tôi không biết phải nói gì vì những lời mà nhà thơ

Phương Tấn tâm sự với Mẹ đã làm tôi quá xúc động. Lòng nghẹn ngào mà nước mắt không rơi. Những gì anh đã viết khiến tôi không thể nào có từ ngữ nào thiết tha hơn và chân thật hơn khi những câu anh viết cứ làm cho nỗi lòng tôi xâu xé khi nghĩ về quá khứ. Quá khứ một thời của cái tuổi tôi lúc bấy giờ quá ngây thơ và trong sáng. Nhưng vẫn hình dung được thước phim đã đi qua và đã ngấm vào từng tế bào mạch máu trong tôi trong dòng chữ quắt quay và đau đớn của anh:

"Mẹ ơi, uống nước bi-đông là đã quý. Ngay trong khi chiến đấu người lính đến "nước ở vũng cứt trâu" còn uống được nữa là." (Trích)

"Mẹ ơi có phải chúng ta được sống, được hít thở, được nói năng và đi đứng là nhờ người lính đã hy sinh để chúng ta được sống, nhờ trái tim người lính đã ngưng đập để chúng ta được hít thở, nhờ đôi môi người lính đã khép lại để chúng ta được nói năng và nhờ chân tay người lính đã không còn để chúng ta được đi đứng. Thưa Mẹ, sự hy sinh của người lính không hề phai nhạt trong tâm trí con dù ở bất cứ nơi đâu, vui sướng hay buồn khổ. Và chính họ, nói theo Douglas Mac Arthur mới là người cầu nguyện hòa bình nhiều hơn bất cứ ai." (Trích).

Ở đoạn 3,

nhà thơ Phương Tấn đã "vẽ" lại những hình ảnh tận cùng bi thảm của chiến tranh. Đọc, hình dung, thấm thía và lặng người. Không cầm được nước mắt.

"Ôi, tội ác của chiến tranh. Thê thảm quá, thưa Mẹ!" (Trích).

Lịch sử đã khép lại. Nhưng những đau đớn của con người thì dường như vẫn trừng trừng mở mắt vì mất mát những người thân yêu đã mãi mãi ra đi không có ngày trở lại. Những dòng thư nghẹn ngào gởi Mẹ. Nhưng chắc gì Mẹ anh đã đọc được. Nhất là những người Mẹ có những đứa con chia cắt hai đầu giới tuyến.

Có lẽ chỉ những người đã từng chứng kiến quá khứ đi qua cùng thời sẽ hiểu nhau nhiều hơn mà không cần phải nói nhiều. Nhưng trong tâm tưởng họ tự hiểu nhau và tự sẻ chia tất cả những nỗi niềm khi nhắc về một thời đã qua đi.

"Mẹ ơi, trong cái chiến tranh mà người đi không bao giờ trở lại đã là một ám ảnh hãi hùng nhất cho người sống. Ám ảnh càng lớn, hy sinh càng nhiều thì sự chết chóc càng dữ dội" (Trích).

Ở đoạn 4,

vừa đọc xong. Thực lòng tôi thấy mình không thể nào còn câu viết nào hay hơn, ngắn gọn hơn và đầy đủ hơn cho bài viết của nhà thơ Phương Tấn nên chỉ còn biết lập lại lời kết của anh:

"Aristote đã nói mục đích của chiến tranh là hòa bình. Con mong lời Aristote là một sự thật. Một sự thật sẽ đến sớm, thật sớm cho quê hương Việt Nam sau những đen tối và hãi hùng của một cuộc chiến kỳ lạ... mà người ta gọi là nội chiến: "Xác người nằm đó ngổn ngang, có lẽ không nên còn mang trong đầu cái ý tưởng xác bạn hay xác thù. Đó là xác của con em Việt Nam. Thế thôi. Chẳng ai vui gì, kể cả đoàn quân vừa reo hò chiến thắng!"

Mẹ ơi, con nhớ Mẹ quá! (Trích).

Chiều Xuống Sâu Trên Chiến Địa Tàn bút ký của nhà thơ

Phương Tấn gồm bốn khổ thư viết gửi Mẹ của anh. Đoạn nào, đọc cũng buồn, thấm thía và xót xa. Mặc dù lòng thật bình an...

"CHIỀU XUỐNG CHẬM TRÊN CHIẾN ĐỊA TÀN"

Nhà thơ, nhà văn hóa

HUỲNH NGỌC THƯƠNG

Thật tình quá khổ! Chiến tranh và chết chóc. Nhà thơ Phương Tấn đã lột trần cái tên khủng khiếp, nó tên là Chiến Tranh.

Anh đã thấy rõ hơn tôi từng thấy trong khói lửa chiến tranh dù tôi lúc đó đang làm lính trận, bởi góc nhìn của tôi là chiến đấu trong phạm vi của chính mình, còn Phương Tấn nhìn tổng thể cho đến từng góc cạnh, từng đứa bé thơ...

Cám ơn Phương Tấn đã cho tôi thấy rộng khắp qua những lá thư gởi Mẹ của anh.

"CHIỀU XUỐNG CHẬM TRÊN CHIẾN ĐỊA TÀN"

Bạn đọc

KTS. PHAN QUANG HƯNG

Tôi đã đọc được đâu đó câu: *"Muốn hiểu hết đất nước*

phải tìm đến nhà thơ, muốn hiểu hết con người phải tìm đến người lính". Chính ở điều này mà anh Phương Tấn đã nói lên tất cả. Cảm ơn anh Phương Tấn nhiều lắm.

"CHIỀU XUỐNG CHẬM TRÊN CHIẾN ĐỊA TÀN"

Bạn đọc

QUYNH LE

Để đến được Hòa Bình, có con đường nào khác ngoài Chiến Tranh không? Tất cả, bên này hay bên kia, đều là núm ruột của Mẹ VN mà.

Tôi có 2 đứa con, chúng nó chỉ cãi nhau thôi, tôi cũng thấy đau lòng!

"CHIỀU XUỐNG CHẬM TRÊN CHIẾN ĐỊA TÀN"

Nhà thơ

NGUYỄN VĂN THỨC

Trong lá thư gửi Mẹ, nhà thơ Phương Tấn đã viết bốn đoạn rời đứt ruột. Tại sao anh đã hóa thân viết được như vậy, dù khi viết anh đang ở trên đất Mỹ và còn rất trẻ.

Tôi nghĩ, anh đã khổ đau và có tấm lòng quá yêu đất nước của anh. Máu và nước mắt của anh đã thấm lên những trang thư anh viết gửi về Mẹ - người Mẹ Việt Nam của anh.

Thú thật, đọc bốn đoạn rời kia, tôi rất ngạc nhiên tưởng

anh đã đi vào cuộc chiến như một chiến binh dầy dạn. Và tôi cũng rất bất ngờ bút lực ngày ấy của anh đã đến mức tuyệt vời. Nếu không nói là thượng thừa. Phương Tấn là một thi sĩ có tầm vóc mà chúng ta không ai có thể lỡ để quên.

"CHIỀU XUỐNG CHẬM TRÊN CHIẾN ĐỊA TÀN"

Bạn đọc

HOÀNG NGỌC

Đọc bài viết của chú Phương Tấn con như thấy mình đang được xem những thước phim chiến tranh. Thật khốc liệt! Mẹ con thường kể, trong chuỗi ngày triền miên bom đạn ở quê, Mẹ thường được các chú lính cho ăn lương khô của các chú mang theo để dùng khi đói. Mẹ cũng kể, các chú nhiều hôm không kịp ăn trước khi ra trận. Mẹ nói, các chú ăn bột chín và uống nước bi đông là còn quý... Việc này thường thấy rất nhiều chứ không phải chỉ ở một vùng tuyến đầu nào đó!

"CHIỀU XUỐNG CHẬM TRÊN CHIẾN ĐỊA TÀN"

Nhà giáo

PHÁC HOÀNG

Hòa bình trên đất nước VN, niềm mơ ước của mọi người từ khi lọt lòng mẹ, nhà văn Phương Tấn đã lột tả được hết. Nhưng sau bao năm, khi ngòi viết Phương Tấn chấp bút thì hòa bình vẫn chưa thấy, mà nó chỉ là một giấc mơ như tên gọi của tập bút ký qua những lá thư gửi Mẹ của Phương Tấn: *"Hòa Bình, Ta Mơ Thấy Em"*.

Không biết giấc mơ hòa bình của dân Việt đến bao giờ có đây!

"CHIỀU XUỐNG CHẬM TRÊN CHIẾN ĐỊA TÀN"

Nhà giáo, nhà văn

TS. HOÀNG KIM OANH

"Người lính chiến đã chết đi và đang sống khổ có phải là để chiến tranh sớm chấm dứt không Mẹ nhỉ? Vì như Aristote đã nói mục đích của chiến tranh là hòa bình. Con mong lời Aristote là một sự thật. Một sự thật sẽ đến sớm, thật sớm cho quê hương Việt Nam sau những đen tối và hãi hùng của một cuộc chiến kỳ lạ... mà người ta gọi là nội chiến."

Anh Phương Tấn ơi, đọc đi đọc lại em vẫn thấy quá hay nhưng quá buồn. Một lá thư gửi Mẹ ấm áp ân tình, cảm động quá chừng!

Anh Phương Tấn còn giữ được tập bút ký *Hòa Bình, Ta Mơ Thấy Em*, tuyệt quá! Làm sao em có được một bản đây, anh Phương Tấn.

“CHIỀU XUỐNG CHẬM TRÊN CHIẾN ĐỊA TÀN”

Bạn đọc

TRẦN VÂN

Đọc lá thư gởi Mẹ của anh Phương Tấn, em rất cảm động, xót xa. Đọc đến những tang thương của chiến tranh thì gai ốc nổi khắp người.

Xin chia sẻ cùng anh Phương Tấn và thành tâm cầu nguyện cho tất cả mọi người trong đó có anh, có em được nhiều hạnh phước trong một đất nước còn quá nhiễu nhương, oan trái.

“CHIỀU XUỐNG CHẬM TRÊN CHIẾN ĐỊA TÀN”

Nhà thơ

BÙI MỸ DUNG

Tôi không hiểu nhiều về chiến tranh nhưng qua các bài viết của nhà thơ Phương Tấn, tôi cảm nhận được nỗi đau cùng tận của những người Mẹ, những người con... tất cả đã hy sinh cho một cuộc nội chiến phi nghĩa. Hòa bình thật sự chỉ có trong mơ...

Những lá thư gửi Mẹ của nhà thơ Phương Tấn vô cùng thâm thúy, giá trị được trích trong tập bút ký *Hòa Bình, Ta*

Mơ Thấy Em. Tôi ước mong tập bút ký sớm được tái bản và lan tỏa rộng khắp để đánh thức lương tâm của mỗi con người...

"MỒNG MỘT TẾT VIỆT NAM ĐỌC THƠ TÌNH CỦA MỘT THI SĨ VIỆT NAM TRÊN ĐẤT MỸ"

Nhà thơ

NGUYỄN NGUYÊN NHƯ

Đọc lại bài viết của anh Phương Tấn rất nhiều lần, lần nào mình cũng xúc động, xúc động của một người Con, một thanh niên trẻ xa xứ để làm tròn trách nhiệm khi Đất nước mà cuộc chiến ngày càng khốc liệt! Thân trai nghĩa vụ vai mang một bên! Tình phụ Mẫu một vai càng nặng nhiều! Nhưng Anh vẫn luôn hướng về quê hương yêu dấu và về Mẹ, trái tim của người con trai đất Việt luôn ảnh hưởng quan niệm và tư tưởng Phương Đông!

Những lá thư và những bài viết rất hay của một chàng trai còn rất trẻ, ai đọc xong nếu cùng hoàn cảnh đều có tâm trạng như Anh! Một lần nữa cảm ơn Anh đã cho bạn đọc cùng bằng hữu và các Chiến hữu đã sống một thời với Anh, với cuộc chiến trước năm 1975!

"MỒNG MỘT TẾT VIỆT NAM
ĐỌC THƠ TÌNH
CỦA MỘT THI SĨ VIỆT NAM
TRÊN ĐẤT MỸ"

Nhà văn, nhà thơ

NGUYỄN CÔNG MINH

Dù mùng một Tết rất bận rộn. Với vô số comments của độc giả chưa hồi đáp kịp (Tôi phải nhờ ca sĩ Đình Hội, thay mặt tôi trả lời comments)

Nhưng tôi cũng không quên người bạn thi văn tài hoa Phương Tấn, một nghệ nhân nhã nhặn trên mọi lãnh vực sáng tác Văn Chương và cách xử thế hiếm có với độc giả toàn cầu.

Cá tính thế nào thì tác phẩm sẽ phản ảnh trung thực như vậy, thí dụ như hồi ký ngậm ngùi, đáng đọc nầy.

"MỒNG MỘT TẾT VIỆT NAM
ĐỌC THƠ TÌNH
CỦA MỘT THI SĨ VIỆT NAM
TRÊN ĐẤT MỸ"

Bạn đọc

VIEN ĐINH

Một chặng đường dài... Cảm xúc sôi nổi của một thời tuổi trẻ cho đến tận hôm nay... Là ngọt ngào, chân thực và sâu lắng... Tình yêu và Người yêu trong thơ anh Phương Tấn lúc nào cũng hồn nhiên và đầy ắp sự trân quý như những viên kim cương lấp lánh giữa cuộc đời... Như những nụ hoa trắng trong và thơm ngát ủ ấp trong tim... Một Trái tim luôn hướng thiện...

"MỒNG MỘT TẾT VIỆT NAM

ĐỌC THƠ TÌNH

CỦA MỘT THI SĨ VIỆT NAM

TRÊN ĐẤT MỸ"

Nhà thơ

DIEP VY

Đọc bài viết của anh Phương Tấn, em đã khóc và nhớ Mẹ thật nhiều - em rất hối tiếc là khi Mẹ còn sinh thời vì miếng cơm.manh áo đã lam lũ bỏ Mẹ ở nhà để đi làm kiếm sống - chỉ chăm được Mẹ những lúc ăn uống và tắm rửa thôi - Mẹ đã vô cùng cô đơn vò võ một mình.

Dạ! Em cám ơn anh Phương Tấn đã viết những hồi ức về Mẹ rất xúc động và thật tuyệt vời để những người con vô tình hờ hững với cha mẹ kịp nhìn lại chính mình để không ân hận và nuối tiếc.

"MỒNG MỘT TẾT VIỆT NAM

ĐỌC THƠ TÌNH

CỦA MỘT THI SĨ VIỆT NAM

TRÊN ĐẤT MỸ"

Nhà thơ, nhiếp ảnh gia

PHÙ HƯ DẬT SĨ

VÕ THẠNH VĂN

Phương Tấn Tiền Bối, đây cũng là thi phẩm mà từ đó VTV biết đến tên tuổi của Tiền Bối. VTV đọc được năm 1971, tại LakeLand Air Force Base. Năm 1973, lúc đó VTV đóng quân tại SĐIKQ/ĐN, được đọc lại một lần nữa...

"MỒNG MỘT TẾT VIỆT NAM

ĐỌC THƠ TÌNH

CỦA MỘT THI SĨ VIỆT NAM

TRÊN ĐẤT MỸ"

Bạn đọc

THU HOÀI

Chúc mừng những thành tựu của anh Phương Tấn. Đó là niềm hạnh phúc khôn cùng. Hạnh phúc không phải là lời khen bên ngoài, hạnh phúc trước muôn vàn sẻ chia của muôn người. Hạnh phúc là anh đã đưa người đọc theo anh, theo từng cảm xúc của anh.

Anh có biết điều đó? Anh có biết chưa bao giờ Thu Hoài đọc bài anh viết một lần. Thu Hoài đã đọc tới, đọc lui anh à.

Cám ơn anh Phương Tấn, xin được cám ơn tất cả những gì anh đã chia sẻ ...

"MỒNG MỘT TẾT VIỆT NAM

ĐỌC THƠ TÌNH

CỦA MỘT THI SĨ VIỆT NAM

TRÊN ĐẤT MỸ"

Bạn đọc

BÙI THỊ LỢI

Không có gì hạnh phúc hơn được chia sẻ niềm vui với Mẹ. Chuyện 50 năm rồi mà nay đọc lại, nghe lại vẫn xúc động như mới hôm qua.

Mỗi năm lại nhớ, vẫn mới như thế đó anh Phương Tấn. Thân quý anh.

"MỒNG MỘT TẾT VIỆT NAM

ĐỌC THƠ TÌNH

CỦA MỘT THI SĨ VIỆT NAM

TRÊN ĐẤT MỸ"

Nhà thơ

HƯ VÔ

Trong vô vàn hạnh phúc ở một nơi xa xôi với nhiều ưu ái thân thương tình bằng hữu đất khách, người con cảm thấy niềm rưng rưng thương về đất Mẹ. Ở đó tấm lòng Mẹ là quê hương trong muôn trùng xa lạ hôm nay. Dường như không một ai biết đến niềm yêu thương tha thiết đó nhưng họ bày tỏ lòng yêu trìu mến cho chàng Thi Sĩ và cảm thấy hạnh phúc nồng nàn.

Một kỷ niệm! Một mùa xuân tuyệt đẹp cho anh, nhà thơ Phương Tấn.

"MỒNG MỘT TẾT VIỆT NAM
ĐỌC THƠ TÌNH
CỦA MỘT THI SĨ VIỆT NAM
TRÊN ĐẤT MỸ"

Nhà thơ

BÙI MỸ DUNG

Con nhớ Mẹ và khóc đây, Mẹ ơi!

Và người đọc cũng đã khóc đây, thưa Chú. Một con người đơn độc như lạc đến chốn trần gian.

Một tâm hồn mong manh ẩn trong một con người có khuôn mặt rắn rỏi cương nghị. Chỉ có Mẹ mới thấu hiểu con mình muốn gì. Và chỉ có Mẹ mới xoa dịu được nỗi cô đơn của đứa con mang trái tim nhiều khắc khoải này mà thôi.

Xin ơn trên ban xuống cho Chú nhiều sức khỏe và thật an lành trong sự chở che của Mẹ dù rằng Mẹ đã ở một nơi rất xa.

"NO DREAM IS IMPOSSIBLE

IF WITHIN YOUR HEART

IS A STRONG WILL"

Nhà thơ

HƯ VÔ

Tình yêu quê hương, tình Mẹ rồi tình bạn tình người đã thiêu cháy trái tim Phương Tấn. Cuộc đời Anh đã chan hòa nước mắt nhìn cuộc chiến đau thương và nỗi xa cách muôn trùng với người Mẹ yêu dấu khôn nguôi.

Tất cả đã trở thành tác phẩm *Hòa Bình, Ta Mơ Thấy Em* thật quí giá của chàng thanh niên đa sầu đa cảm quý mến của chúng ta.

"NO DREAM IS IMPOSSIBLE

IF WITHIN YOUR HEART

IS A STRONG WILL"

Bạn đọc

THUY NGUYEN

Anh Phương Tấn có Mẹ là người tuyệt vời. Lúc nào cũng lắng nghe và chia sẻ với anh mọi nỗi niềm.

Em xúc động trước tình bạn thắm thiết của anh với Ken. Thời buổi loạn lạc nhiễu nhương khiến hai người lạc mất nhau. Chia tay là biết không có ngày gặp lại. Mấy ai có được tình bạn chí cốt như vậy, anh Phương Tấn ơi!

"NO DREAM IS IMPOSSIBLE

IF WITHIN YOUR HEART

IS A STRONG WILL"

Nhà thơ

BÙI MỸ DUNG

1.

Hiếm thấy một người con trai nào yêu và kính trọng Mẹ như nhà thơ Phương Tấn.Và chắc chắn Mẹ đã rất hạnh phúc và tự hào khi được đọc những lá thư đầy tâm tư và có thể chia sẻ mọi điều trong cuộc sống của con mình.

Thật may mắn là những năm tháng ly hương nơi đất khách, tác giả gặp được người bạn cùng chung chí hướng. Cùng ôm ấp hoài bão với quê hương đất nước. Một tình bạn thật thắm thiết dù không cùng chung giống nòi.

Với một người có tấm lòng đôn hậu như nhà thơ Phương Tấn thì tôi tin rằng dù bất cứ ở đâu ông cũng sẽ gặp được những người bạn tốt.

2.

Cuộc chia tay lặng lẽ với người bạn tri kỷ buồn đến đứt ruột. Một đời người không phải ai cũng tìm được tri kỷ dẫu quanh ta có hàng vạn người.

Bài thơ *"Ken Serwin Ơi, Thơ Chi Rầu Muốn Chết!"* thay cho lời chia tay thật thắm thiết nghĩa tình. Với một tình bạn tâm đầu ý hợp và khắng khít bên nhau như vậy thì quả thật không thể có cách nào ra đi tốt hơn. Xin chia sẻ cùng nhà thơ Phương Tấn những mất mát mà nhà thơ đã trải qua. Cầu mong sẽ có ngày nhà thơ cùng Ken sẽ được hội ngộ.

"Về thôi. Mẹ ơi! Con nhớ Mẹ quá!" Đọc sao mà thương quá đỗi. Mẹ hẳn đã rất vui khi nhận được lời yêu thương từ con trai mình.

Tình yêu dành cho Mẹ đã giúp tác giả vượt qua mọi buồn đau mà trở về trong vòng tay ấm áp bao dung của Mẹ. Tất cả rồi sẽ lắng lại theo thời gian. Chỉ có tình Mẹ là mãi mãi chẳng phai nhòa.

"NO DREAM IS IMPOSSIBLE

IF WITHIN YOUR HEART

IS A STRONG WILL"

Bạn đọc

HOÀNG NGỌC

"Không có giấc mơ nào là không thể nếu tận sâu trong trái tim bạn là một ý chí mạnh mẽ và một núi đức tin......"

Những lá thư của chú Phương Tấn viết gửi Mẹ thật sâu lắng, bên cạnh đó còn có những người bạn tốt nung đúc tinh thần, giúp ý chí chú thêm mạnh mẽ.

Chú thật hạnh phúc và xứng đáng nhận được hạnh phúc đó! Con cảm ơn chú về bài viết có giá trị tinh thần rất cao ạ.

"NO DREAM IS IMPOSSIBLE

IF WITHIN YOUR HEART

IS A STRONG WILL"

Bạn đọc

QUỲNH HƯƠNG

Vâng, Đời mỗi con người cần có hoài bão và ước mơ lớn, có thể hay không có thể thực hiện được đó là chuyện của tương lai, nhưng rất cần có để vươn lên, vượt qua mọi khó khăn và sống còn. Bầu nhiệt huyết tuổi trẻ mà thiếu điều đó sẽ chẳng có gì cho bước chân tương lai... Những bước chân sẽ trở nên vô hồn và vô định, buồn chán và lạc lối trên đường đời muôn hướng...

Biết ơn nhà thơ Phương Tấn đã cho đọc một lá thư gửi Mẹ vô cùng ý nghĩa.

"NO DREAM IS IMPOSSIBLE

IF WITHIN YOUR HEART

IS A STRONG WILL"

Nhà thơ

DUNG THỊ VÂN

Tình yêu thương Mẹ qua những lá thư trải dài trong ly cách là một nỗi nhớ thương bất diệt và tấm lòng của một người bạn đã làm cho ngòi bút của thi nhân Phương Tấn niềm xúc cảm vô biên. Ôi tấm chân tình của người thơ đã làm mềm trái tim bạn đọc.

"HÒA BÌNH.

EM NGHE KHÔNG, HÒA BÌNH?"

Nhà thơ

NGUYỄN VĂN THỨC

Phương Tấn ơi, Phương Tấn đã viết những đoản khúc về Mẹ hay quá, cảm động quá. Giờ ở chùa Từ Hiếu, Huế thiền sư Thích Nhất Hạnh đang nằm yên nghỉ cũng từng thương Mẹ, viết về Mẹ - *"Bông Hồng Cài Áo"*.

Mẹ là tất cả, hôm nay chàng thi sĩ Phương Tấn đã viết về Mẹ. Chiêm nghiệm hơn, xúc động hơn. Thi sĩ ơi, Mẹ là tất cả. Tôi khâm phục Phương Tấn. Ước gì những lá thư viết gửi Mẹ trong tập bút ký *"Hòa bình, Ta mơ Thấy Em"* này được đến với mọi người để họ biết thương Mẹ hơn. Để họ không phải nói lời hối tiếc muộn màng.

Gần Tết, tôi nhớ những người tha phương, nhất là Phương Tấn bao năm CÙNG KHỔ với những người cùng khổ trên quê hương Việt Nam.

"HÒA BÌNH.

EM NGHE KHÔNG, HÒA BÌNH?"

Nhà văn

TIỂU NGUYỆT

Đọc những đoản khúc về Mẹ của anh, Tiểu Nguyệt

không thể không nói rằng, quá hay, quá cảm xúc! Đọc xong vẫn cứ muốn đọc nữa, lạ thật đấy anh Phương Tấn!

Rất quý mến và ngưỡng mộ anh! Mong được đọc những sáng tác hay nữa của anh Phương Tấn.

"HÒA BÌNH.

EM NGHE KHÔNG, HÒA BÌNH?"

Nhà thơ, nhà văn hóa

HOÀNG HOA THƯƠNG

Bài viết rất thật với hiện trạng quê nhà VN. Bằng vào tâm thức hướng về Mẹ. Người Mẹ VN yêu dấu. Nhà thơ đã đem tâm tình hiến dâng Mẹ thật tha thiết và cảm động. Đọc xong muốn khóc.

Cám ơn thi sĩ đã viết quá hay. Và như thử đã viết hộ tôi. Tình con với Mẹ!

"HÒA BÌNH.

EM NGHE KHÔNG, HÒA BÌNH?"

Bạn đọc

THÁI GIANG

Cảm phục và trân trọng nhà thơ Phương Tấn về lòng hiếu nghĩa với Mẹ, với đồng bào mình! Từ câu chuyện anh kể, những dòng anh viết tưởng như giản dị nhưng đầy nhân văn và tri thức không dễ có được!

"HÒA BÌNH.

EM NGHE KHÔNG, HÒA BÌNH?"

Nhà văn

TRẦN KIÊM ĐOÀN

Rất cảm động khi nghe Phương Tấn nhắc lại tuổi trẻ phương cường một thời ước mơ đi làm lịch sử.

"HÒA BÌNH.

EM NGHE KHÔNG, HÒA BÌNH?"

Bạn đọc

VŨ THỊ PHƯỚC

Lá thư gửi cho Mẹ thật cảm động! Anh Phương Tấn viết cho Mẹ mà cảm giác như nói với chính mình từ vô thức!

Câu chuyện *"Đôi guốc ngược"* được anh kể lại thật hay và thật ý nghĩa! Mẹ của anh là Phật trong tim anh và Mẹ cũng hóa thân thành Mẹ Việt Nam, để người con yêu nước như anh hướng về giãi bày niềm trăn trở, trút cạn nỗi lòng!

"HÒA BÌNH.

EM NGHE KHÔNG, HÒA BÌNH?"

Bạn đọc

TR CAMKHE

Tuyệt quá nhà thơ Phương Tấn! Lá thư với những lời nhắn nhủ dạy bảo của Mẹ anh và những gì anh đã viết cho

Mẹ...

Qua đó, đã phản ảnh một giai đoạn đau thương của đất nước, của miền Nam trong chiến tranh: sự bất công, sự ăn chơi sa đọa của một bộ phận thanh thiếu niên. Ngày đó những thành phố lớn vẫn buồn lắm chứ không phải lấp lánh phồn vinh như một số người ca ngợi!

"HÒA BÌNH.

EM NGHE KHÔNG, HÒA BÌNH?"

Nhà thơ

(Albania)

NDUE MARKU

Urime te perzemerta mik poet. Kur lexoj poezitë tuaja per Nënën dhe atdheun tuaj Vietnamin, poezitë tuaja me sjellin mallë dhe paqe mes zemrave të njerëzve dhe botes se madhe. Ju pershendes

Ndue Marku xin chúc mừng nhà thơ Phương Tấn. Khi đọc những bài thơ, bài văn về Mẹ và quê hương Việt Nam của bạn, đã mang lại cho tôi niềm khao khát hòa bình cho bao người và thế giới rộng lớn.

"HÒA BÌNH.

EM NGHE KHÔNG, HÒA BÌNH?"

Nhà thơ

BÙI MỸ DUNG

Lá thư của nhà thơ Phương Tấn viết cho Mẹ thật thắm

thiết thương yêu. Lòng hiếu thuận của ông đã khiến người đọc xúc động bùi ngùi.

Mẹ như không phải của riêng ông mà là Mẹ của những người con nước Việt. Tâm tư và khát vọng hòa bình bừng lên trong ý chí của người con đã nói lên tính cách và sự dưỡng dục của người Mẹ dành cho con.

Một sự hy sinh cao cả và tình yêu vô bờ dành cho con, những lời dạy dỗ con trai từ một người Mẹ đã phải mang thêm trọng trách làm Cha không khỏi khiến người đọc ngưỡng mộ và kính phục bà.

Nhìn vào phong cách và thần thái của bà cùng với những lá thư viết gởi cho con, chúng ta có thể biết bà được sinh ra trong một gia đình cao sang quyền quý. Vì ở thời đó những người phụ nữ được học chữ rất hiếm.

Mẹ của ông. Người Mẹ Việt Nam rất chí khí và tảo tần. Mẹ đã thành công khi có được một người con trai như nhà thơ Phương Tấn.

Một tấm gương rõ nét về tình mẫu tử thiêng liêng mà ai trong mỗi chúng ta cũng cần soi chung.

"HÒA BÌNH.
EM NGHE KHÔNG HÒA BÌNH?"

Bạn đọc

TÂM LÊ

Lá thư gửi Mẹ của anh Phương Tấn thật xúc động. Sâu sắc tính nhân văn với bao niềm khát vọng khắc khoải về yêu thương và hòa bình.

Thời bình ư? Thời bình hay thời chiến có khác gì đâu khi cái khổ, túng quẩn, cơ hàn vẫn còn đang vây khốn kiếp người, vẫn như đang đè nặng kiếp sống của bao nhiêu người dân lầm than khắp quê hương - một thực tại quá tang thương, mất mát không cần phải tốn hao viên đạn nào...

Hòa Bình, nghe sao ngậm ngùi chua chát quá anh Phương Tấn!

"HÒA BÌNH.

EM NGHE KHÔNG HÒA BÌNH?"

Bạn đọc

LE MILICE

Phương Tấn qua lá thư gửi Mẹ, văn phong chân thật, hiền lương, toát lên vẻ thanh cao, trong sáng.

Đó cũng là tính cách của anh, con người của anh. Không chỉ ở thơ ở văn của anh mà ở ngay mọi trao đổi, tâm tình, trả lời bạn đọc mà tôi được đọc. Tôi chưa hề thấy anh nặng lời với ai, mà chỉ thấy anh yêu thương, hòa nhã, chia sẻ chân tình với tất cả, dù đó là người nổi tiếng hay chập chững cầm bút, dù đó là người lớn tuổi hay tuổi còn nhỏ.

Anh là tấm gương tôi phải noi theo, anh Phương Tấn à!

"HÒA BÌNH.

EM NGHE KHÔNG HÒA BÌNH?"

Bạn đọc

THI HANH THAI

Bài viết thật hay và cũng thật buồn khi đất nước chúng ta chưa hòa bình. Và cay đắng thay, nay đất nước đã hòa bình mà mình vẫn cứ mãi mơ một ngày sẽ hòa bình!

Xót xa quá anh Phương Tấn!

"HÒA BÌNH.
EM NGHE KHÔNG HÒA BÌNH?"

Bạn đọc

TRẦN QUANG

Đọc *Hòa Bình. Em Nghe không Hòa Bình* của chú Phương Tấn! cháu thấy tình yêu Mẹ và Quê hương của chú đong đầy trong tim. Cháu cũng đã xé lòng và khóc rất nhiều theo tiếng kêu *"Hòa Bình. Em Nghe Không Hòa Bình"* xé lòng của chú.

"Hòa Bình, Hòa Bình, tên gọi của một cơn mơ tuyệt diệu sau những năm tháng hãi hùng của chiến tranh. Hòa Bình, Hòa Bình, tên gọi của một niềm hy vọng chan hòa trên từng cọng lúa, dây khoai. Hòa Bình, Hòa Bình, tên gọi chia xé của kẻ thù, tên gọi thân yêu của chúng ta. Hòa Bình, Hòa Bình, ta mơ thấy em trong nỗi chua xót đang nói, trong niềm cô liêu đang viết. Em nghe không, Hòa Bình!"

"CÔ BÉ HẠT TIÊU
VÀ CÁI ĐÊM GIÁNG SINH NĂM ẤY"

Nhà văn

HÙNG BI

Văn phong gãy gọn giống như những tác phẩm nước

ngoài. Không tả tình tả cảnh tả tâm lý nhân vật lê thê như những nhà văn quốc nội hay sính về chiều hướng đó.

Đọc câu chuyện của một người Việt Nam viết mà tôi tưởng như đọc một truyện dịch từ tác phẩm nước ngoài. Truyện dịch *"Chùm nho uất hận"* (The Grapes of Wrath) của John Steinbeck là một ví dụ.

Theo thiển nghĩ, nhờ vào cách viết ấy mà tác giả có thể chuyển tải hết những điều mình muốn thố lộ trong một tập bút ký mà không làm cho độc giả mau nhàm chán.

Câu chuyện viết hay quá!

Khi nghe lại bản nhạc *Auld - Lang - Syne* đoạn hai người chạy vào hầm trú ẩn, ôi chao! Nếu là tôi thì cái nhìn thoáng chớp mắt kèm theo miệng cười mỉm chi của Vivien Leigh có đưa tôi xuống chín tầng địa ngục tôi cũng cam lòng.

Sao mà tài tử nước ngoài họ diễn xuất nét mặt phản ảnh tình cảm trong lòng tuyệt vời thế nhỉ?

"CÔ BÉ HẠT TIÊU VÀ CÁI ĐÊM GIÁNG SINH NĂM ẤY"

Nhà giáo

NGUYỄN THỊ THANH VÂN

Tôi đã đọc câu chuyện này đến 4, 5 lần. Sao tôi thấy cái văn phong thường ngày của nhà thơ Phương Tấn không có trong bài viết này. Tôi cảm nhận cái văn phong này giống truyện dịch nước ngoài. Nếu tôi không biết bài viết này của nhà thơ Phương Tấn thì tôi sẽ lầm tưởng là mình đang đọc một truyện dịch từ tiếng Anh hay tiếng Pháp sang tiếng Việt đây! Quá hay!

Cách dùng từ, cách đối thoại giữa các nhân vật cũng là lạ. Tôi nghĩ các bạn yêu văn thơ cộng thêm một ti tò mò, các bạn sẽ thưởng thức cái văn phong là lạ này của nhà thơ Phương Tấn qua câu chuyện: *Cô Bé Hạt Tiêu và Cái Đêm Giáng Sinh Năm Ấy*. Nó mô tả tỉ mỉ từng lời đối đáp, từng hành động, tâm tư nhỏ nhặt thật nhẹ nhàng như những bông hoa tuyết... của những nhân vật trong truyện biến chuyển theo từng không gian và thời gian.

Rất lạ - Rất dễ thương - Rất nhẹ nhàng như những bông hoa tuyết bay bay! Và cũng thật là tình cảm.

"CÔ BÉ HẠT TIÊU VÀ CÁI ĐÊM GIÁNG SINH NĂM ẤY"

Nhà giáo

NGUYỄN THỊ KIM ANH

Giáng Sinh về, đọc mẩu chuyện này của nhà thơ Phương Tấn, thật hay, ý nghĩa. Văn phong nhẹ nhàng thanh thoát, ý tứ tự nhiên, tâm tư sâu lắng gợi lên một bức tranh tuyệt mỹ.

Cảnh sắc linh động với tình cảm chân thành của các nhân vật trong đêm Giáng Sinh, bên ngoài trời lạnh, tuyết rơi đầy nhưng lại rất ấm áp, tình cảm yêu thương nhẹ nhàng.

"CÔ BÉ HẠT TIÊU

VÀ CÁI ĐÊM GIÁNG SINH NĂM ẤY"

Nhà thơ

BÙI MỸ DUNG

Ký ức một thời thật đẹp... một mối tình trong trắng thơ ngây. Câu chuyện đưa người đọc rời xa những bộn bề lo toan và thả hồn mình vào một thế giới như thiên đường cùng các thiên thần bé nhỏ.

Tình yêu nhẹ nhàng thanh thoát. Một chút vô tư... một chút lãng mạn... và một chút buồn mang mang đã khiến người đọc không thể dừng. Câu chuyện thật tuyệt vời.

Mới đọc kỳ 2 của câu chuyện, lòng Dung đã xao xuyến lạ kỳ. Môt tình yêu thánh thiện của cô bé lên 9 tuổi làm Dung xúc động thật sự.

Dung cảm nhận đây là một tình yêu thật sự chứ không phải là một thứ tình cảm nào khác. Một tình yêu thuần khiết trong trái tim thơ ngây của một cô bé mới lên 9 dễ làm người lớn hiểu lầm là cô bé ngộ nhận. Nhưng không hiểu sao Dung vẫn nghĩ rằng đây chính là mối tình đầu của cô bé.

Ví như thời gian cứ thế trôi đi 10 năm nữa thì sao nhỉ. Ví như Phyllis vào Đại Học và nơi môi trường mới tình yêu của cô với Phương dần phai lạt thì sao nhỉ. Chắc chắn cô bé Claudia sẽ chờ Phương. Vẫn không hiểu tại sao Dung lại mong câu chuyện sẽ diễn ra như những gì Dung nghĩ. Rất mong được đọc tiếp.

Hay quá! Những hình ảnh và những con người đáng yêu. Để giành được tình cảm của tất cả mọi người trong một gia đình như vậy hẳn nhà thơ Phương Tấn phải là một người thật mẫu mực và cực kỳ dễ thương... Tất nhiên là rất ư đẹp trai nữa...

"CÔ BÉ HẠT TIÊU

VÀ CÁI ĐÊM GIÁNG SINH NĂM ẤY"

Nhà thơ, nhà văn hóa

HUỲNH NGỌC THƯƠNG

Giọng văn hay của Phương Tấn đã Mỹ hóa làm mình tưởng đang đọc câu chuyện dịch. Cám ơn giọng văn hết sức tự nhiên làm mình yêu thích. Cái hay dễ thương của một tâm hồn thanh thoát, lương thiện.

"CÔ BÉ HẠT TIÊU

VÀ CÁI ĐÊM GIÁNG SINH NĂM ẤY"

Nhà thơ

XUÂN THAO

Bút ký *Cô Bé Hạt Tiêu Và Cái Đêm Giáng Sinh Năm Ấy* trong tác phẩm *Hòa Bình, Ta Mơ Thấy Em* hay rất hay, nói lên ước vọng HÒA BÌNH của Phương Tấn.

"CÔ BÉ HẠT TIÊU
VÀ CÁI ĐÊM GIÁNG SINH NĂM ẤY"

Nhà văn, nhà thơ

NGUYỄN CÔNG MINH

Thật thích thú vô cùng khi được đọc một sáng tác văn xuôi hay lạ, trên Facebook như *Cô Bé Hạt Tiêu Và Cái Đêm Giáng Sinh Năm Ấy* của Phương Tấn.

Không thể chối cãi rằng thể loại văn xuôi, đang bị chìm khuất giữa cao trào toàn dân toàn quốc Việt Nam, đang nổ lực thi đua sáng tác thơ nhạc để posted lên Facebook mỗi ngày.

Chúc Phương Tấn tiếp tục kiên trì sáng tác, duy trì thể loại văn xuôi, đang ngày càng thêm mai một.

Vẫn còn nhiều độc giả đánh giá cao, công phu và thử thách cam go của một cây bút, khi quyết định bỏ thật nhiều thời giờ để truy cập, dàn dựng, sáng tác một tác phẩm văn xuôi.

Là một người sáng tác thể loại văn xuôi từ 1970 đến nay. Tôi hiểu rất sâu sắc và tế nhị về "Thử thách cam go" của một người sáng tác thể loại văn xuôi.

"HÒA BÌNH, TA MƠ THẤY EM
SỐNG CÙNG TÂM NGUYỆN"

Nhà văn

BÌNH PHẠM

Nhà thơ Phương Tấn, một con người hiền từ, đôn hậu,

có tấm lòng nhân ái với những mảnh đời cơ nhỡ, những học sinh nghèo hiếu học, luôn thôi thúc một cách sống động, thiết tha trong tâm hồn anh. Nhân cách sống của con người đức độ này, anh Phương Tấn đã tạo rất nhiều cảm xúc cho tôi, cho bạn đọc khi đọc các bài viết của anh.

Càng quý trọng anh hơn qua các lá thư anh viết cho Mẹ trong tập bút ký *Hòa Bình, Ta Mơ Thấy Em* với muôn vàn yêu thương gói ghém trong đó. Mẹ của anh và Mẹ VN lúc nào cũng đan lồng vào nhau trong trái tim anh.

Rất hiếm thấy một người như anh Phương Tấn trong cuộc đời nhiễu nhương này.

Cầu mong nhà thơ Phương Tấn sớm đạt được tâm nguyện và tái bản tập bút ký *Hòa Bình, Ta Mơ Thấy Em* trước sự mong đợi của rất nhiều bạn đọc, trong đó có tôi.

PHƯƠNG TẤN
TÁC GIẢ & TÁC PHẨM

Tên thật: Nguyễn Tấn Phương

Sinh 1946 tại Đà Nẵng.

*** Các bút hiệu đã ký:**

Phương Tấn, Nguyễn Tấn Phương, Hồ Tịch Tịnh, Thích Như Nghi, Người Thành Phố, NTP, Chị Ngọc Ngà, Phương Phương, Hồng Ân, Thái Thị Yến Phương...

*** Các báo đã cộng tác:**

Tuổi Xanh, Tuổi Ngọc, Tuổi Hoa, Tinh Hoa, Áo Trắng, Mây Hồng, Phượng Hồng, Thằng Bờm, Phổ Thông, Mai,

Thời Nay, Bách Khoa, Văn, Văn Học, Dân Ta, Ngàn Khơi, Khởi Hành, Hồn Văn, Tiểu Thuyết Tuần San, Quật Khởi, Cấp Tiến, Ý Thức, Văn Nghệ Tiền Phong, Phụ Nữ Diễn Đàn, Độc Lập, Đuốc Nhà Nam, Thế Hệ Trẻ, Ngôn Luận, Dân Chủ, Hòa Bình, Thế Đứng, Bạn, Bạn Trẻ, Công Luận, Thực Tế, Gió Mới, Kiến Thức Ngày Nay, Thể Thao, Thể Thao Ngày Nay, Văn Nghệ & Đời Sống, Điện Ảnh & Kịch Trường, Văn Tuyển, Văn Chương, Ra Khơi, Diệu Quang (Phật giáo), Vận Động, Quán Văn, Đối Thoại (Đại học Văn Khoa), Lý Tưởng (Không Quân), Mối Dây (Hướng Đạo), Thương Yêu (Du Ca), Lập Trường (Huế), Sức Mạnh (Đà Nẵng), Sóng (Tuy Hòa), Cửu Long (Vĩnh Long), Sài Gòn Mới, Thư Quán Bản Thảo, Thế Giới Văn Học, Văn Hữu, Người Việt, Việt Báo, Việt Mỹ, Ngôn Ngữ, Chiến Sĩ Cộng Hòa, Đất Ngũ Phụng...

Và các trang mạng: Newvietart, Núi Ấn Sông Trà, Vuôngchiếu, Saimonthidan, Thang-phai.blogspot, Học xá, Văn Thơ Lạc Việt, Tuongtri, Việt Luận Úc Châu, New-Vietart, Vanchuongviet, Dutule.com, Art2all.net, Saigon_ocean, Banvannghe, Hương Xưa Hương Xưa...

* **Chủ bút các tạp chí:**

1. *Sau Lưng Các Người* (1963)

2. *Cùng Khổ* (1968)

3. *Ngôn Ngữ* (1973)

4. *Ngôi Sao Võ Thuật* (1999 - 2010).

5. *Sổ Tay Võ Thuật* (1992 - 2014).

* **Trong Ban chủ biên:**

1. Đặc phái viên miền Trung Bán Nguyệt san Võ Thuật

(trước 1975)

2. *Nghiên Cứu Võ Thuật* (1990)

3. *Tìm Hiểu Võ Thuật* (1990)

*** Khởi xướng tại Việt Nam:**

1. *The International Festival Of Vietnamese Traditional Martial Arts (Liên Hoan Quốc Tế Võ Cổ Truyền Việt Nam).*

2. *Hong Bang International Martial Arts Festival (Đại hội Võ thuật Quốc tế Hồng Bàng).*

*** Tác phẩm đã xuất bản:**

1. ***Rừng*** (Thơ in chung 1963, tuyệt bản).

2. ***Vỡ*** (Thơ in chung 1965, tuyệt bản).

3. ***Thơ Tình Của Một Thi Sĩ Việt Nam Trên Đất Mỹ*** (Thơ, xuất bản tại Hoa Kỳ 1970, tái bản tại Việt Nam 1971, tuyệt bản. Lưu trữ tại Cornell University Library USA năm 1970).

4. ***Khổ Lụy*** (Thơ 1971, tuyệt bản).

5. ***Trai Việt Gái Mỹ*** (Ký sự 1972, tuyệt bản).

6. ***Hòa Bình Ta Mơ Thấy Em*** (Bút ký 1972, tái bản 1974, tuyệt bản).

7. ***Võ Sư, Đại Lực Sĩ Hà Châu - Phá Sơn Hồng Gia Quyền*** (Võ thuật, 1992).

8. ***Sáu Khuôn Mặt Võ Lâm Việt Nam*** (Võ thuật, 1992).

9. ***Wushu - Võ Thuật Trung Hoa Cổ điển & Hiện Đại*** (Võ thuật, với Grand master Nguyễn Lâm, 1994).

10. Quảng Nam Võ Đạo (Võ thuật, một bộ 2 cuốn, 1995).

11. Thái Cực Võ Đạo (Võ thuật, 1997).

12. Antoine Le Conte, Người Mang Theo Quê Hương - Antoine Le Conte, Celui Qui Porte Son Pays Dans Son Coeur (Võ thuật, Việt - Pháp, 2008).

13. Những Người Mở Đường Đưa Võ Việt Ra Thế Giới - Pioneers Who Have Paved The Way For Vietnamese Martial Arts To The World (Võ Thuật, Việt - Anh - Pháp 2012, tái bản 2014).

14. Di Bút Của Một Người Con Gái (Thơ, bút hiệu Thái Thị Yến Phương xuất bản 2017, tái bản 2019).

15. Lục Bát Phương Tấn (Thơ 2018, tái bản 2023).

16. Lung Linh Tình Đầu (Thơ 2023).

17. THƠ PHƯƠNG TẤN - Tuyển tập 1 (Thơ 2023).

18. Tuyển tập thơ văn THƯA MẸ (Thơ và Văn 2024).

19. Vớt Bình Minh Trong Đêm (Thơ 5 chữ, 2024).

20. Chết Sững Giữa Cơn Mơ (Thơ 2024).

21. Máu, Nước Mắt Và Tôi (Phóng sự, Ký sự 2025).

22. Hòa Bình, Ta Mơ Thấy Em (Bút ký, tái bản lần thứ hai 2025, có bổ sung).

*** Tác phẩm sẽ xuất bản:**

1.Trời Đất Mang Mang Ai Người Tri Kỷ (Bút ký).

2. *Những Ngọn Nến Trong Cõi Ta Bà* (Bút ký).

3. Di Bút Của Một Người Con Gái (Thơ, tái bản lần thứ hai).

4. Tuyển tập thơ văn THƯA MẸ (Tái bản lấn thứ nhất có bổ sung).

5. Thơ văn Phương Tấn & Bạn Văn, Báo Chí Và Dư Luận

7. Tự Điển Võ Việt.

*** Thơ Phương Tấn có trong:**

1. Nhân Chứng (150 tác giả hiện đại, Cơ sở Xuất bản Nhân Chứng 1967).

2. Thơ Miền Nam Trong Thời Chiến (Bộ sách 2 cuốn do Thư Ấn Quán (Hoa Kỳ) xuất bản năm 2009).

3. Văn Học Miền Nam 1954 – 1975 (Bộ sách 2 cuốn. Nhận định, Biên khảo, Thư tịch do nhà phê bình văn học Nguyễn Vy Khanh biên soạn, Toronto Nguyễn Publishings (Canada) xuất bản năm 2016, tái bản năm 2018).

4. Tác Giả Việt Nam - Vietnamese Authors (Lê Bảo Hoàng sưu tập. Songvan Magazine xuất bản năm 2005, NXB Nhân Ảnh (Hoa Kỳ) tái bản 2006, 2017, 2020).

5. Chân Dung Văn Nghệ Sĩ Việt (Bộ sách 2 cuốn. Nhà phê bình văn học, nhà thơ Ngô Nguyên Nghiễm biên soạn và giới thiệu, NXB Hội Nhà Văn xuất bản năm 2016, tái bản 2018).

6. Thơ Việt Đầu Thế Kỷ 21 (NXB Nhân Ảnh (Hoa Kỳ) tuyển chọn và xuất bản năm 2019).

7. 43 Năm Văn Học Việt Nam Hải Ngoại (Bộ sách gồm

7 cuốn do nhà phê bình văn học Nguyễn Vy Khanh, nhà thơ Luân Hoán, nhà văn - họa sĩ Khánh Trường thực hiện. NXB Mở Nguồn (Hoa Kỳ) xuất bản năm 2019).

8. Những Vần Thơ Chạm Lửa (Nhà phê bình, nhận định thơ Nguyễn Xuân Dương biên soạn và giới thiệu. NXB Đại học Thái Nguyên xuất bản năm 2019).

9. 10 Nhà Thơ Việt (Nhà phê bình văn học, nhà thơ Ngô Nguyên Nghiễm biên soạn và giới thiệu. NXB Hội Nhà Văn xuất bản năm 2019).

10. Nhà Thơ Nhà Văn Việt Giữa Thế Kỷ XX (Một bộ 3 cuốn do nhà phê bình văn học, nhà thơ Ngô Nguyên Nghiễm biên soạn và giới thiệu, NXB Hội Nhà Văn xuất bản năm 2020).

11. Chân Dung Bạn Văn (Nhà thơ, nhạc sĩ Phan Ni Tấn biên soạn và giới thiệu qua online)

12. *Theo Gót Thơ* (Hà Khánh Quân tuyển chọn và giới thiệu, NXB Nhân Bản (Hoa Kỳ) xuất bản năm 2018)

13. *Hư Ảo Tôi* (Tạp chí Văn học Nghệ thuật Tương Tri (Hoa Kỳ) tuyển chọn và xuất bản năm 2018)

14. *Về Nhánh Sông Xưa* (Nhà thơ Cao Thoại Châu tuyển chọn và giới thiệu năm 2019)

15. *Thơ Những Người Thua Cuộc - Poems Of The Losers* (Nhà thơ Nguyễn Hữu Thời tuyển chọn, dịch thuật và giới thiệu, NXB Sống (Hoa Kỳ) xuất bản năm 2019)

16. *Thơ Người Việt Ở Hải Ngoại* (Nhà thơ Lý Phượng Liên và nhà thơ Nguyễn Nguyên Bảy tuyển chọn và giới thiệu năm 2019)

17. ***Tình Nghĩa Mẹ Cha*** (NXB Nhân Ảnh (Hoa Kỳ) tuyển chọn và giới thiệu năm 2020)

18. ***Tuyển Thơ Tình Người*** (Nhà thơ, nhà giáo Lê Quý Long tuyển chọn và giới thiệu tập 1+2+3 các năm 2022 +2023+2024)

19. ***Tình Thơ Quê Hương*** (NXB Nhân Ảnh (Hoa Kỳ) tuyển chọn và giới thiệu năm 2023)

20. Cuộc Phẫu Thuật Văn Chương **Nhiều tác giả** (Nhà thơ, nhà văn, nhà báo Lê Mai Lĩnh tuyển chọn và giới thiệu năm 2023)

21. Nhịp Điệu Việt - The Rhythm Of Viet Nam (Nhiều tác giả. Nhà thơ, dịch giả Võ Thị Như Mai tuyển chọn và chuyển ngữ năm 2023)

22. ***Chuyện Làng Văn*** (Hồi ức của nhà thơ, nhà báo Phạm Chu Sa, xuất bản tại Hoa Kỳ năm 2025).

23. ***Phóng Bút Văn Chương*** (Tiểu luận của nhà thơ, nhà văn, nhà báo Lê Mai Lĩnh, NXB Love năm 2025)

...

* **Thơ Phương Tấn, các nhạc sĩ đã phổ nhạc:**

Trần Quang Lộc, Đynh Trầm Ca, Giao Tiên, Phan Ni Tấn, Lam Duy, Thanh Sử, Anh Huỳnh, Võ An Nhơn, Nguyễn Tuấn, Đức Thảo, Cung Minh Huân...

* **Báo chí đã thực hiện chuyên đề:**

1. Tạp chí Văn học Nghệ thuật ***QUÁN VĂN*** *(VN) số 96 tháng 5-2023 –* ***CHÂN DUNG VĂN HỌC NHÀ THƠ PHƯƠNG TẤN.***

__2.__ Tạp chí Văn học Nghệ thuật __NGÔN NGỮ__ (Hoa Kỳ) số 31 tháng 1-2024 – __SỐ ĐẶC BIỆT PHƯƠNG TẤN.__

__3.__ Tạp chí Văn học Nghệ thuật __NGÔN NGỮ__ (Hoa Kỳ) tháng 1-2025, ấn bản – __PHƯƠNG TẤN – BẠN VĂN, BÁO CHÍ VÀ DƯ LUẬN.__

MỤC LỤC
HÒA BÌNH, TA MƠ THẤY EM

1.	Phương Tấn tâm tình cùng bạn đọc	5
2.	Ước chi sáng nay, lúc này có Mẹ	7
3.	Thiên đàng và địa ngục	15
4.	Để xứng đáng là con của Mẹ	21
5.	Mẹ ơi! Không khéo, sẽ do chính con thổi tắt ngọn nến này	27
6.	Tuyết, ô Tuyết, ô Tuyết!	31
7.	Elenor H-Hickerson, - Nữ ký giả người Mỹ da đen với trái tim bát ngát hào khí	37
8.	Một nghĩa địa khổng lồ không bia mộ	43
9.	Chiều xuống chậm trên chiến địa tàn	49
10.	Bảy khóa sinh Việt Nam thuê xe, dò đường, vượt 5 tiểu bang giữa bão tuyết, đêm đen để trở lại Ohio thăm người yêu	57

11.	Mồng một Tết Việt Nam đọc "Thơ Tình Của Một Thi Sĩ Việt Nam Trên Đất Mỹ"	73
12.	No dream is impossible if within your heart is a strong will	79
13.	Hòa Bình. Em nghe không Hòa Bình?	87
14.	Cô bé hạt tiêu và cái đêm Giáng Sinh năm ấy	95
15.	Hòa Bình, Ta Mơ Thấy Em – Sống cùng tâm nguyện	129
16.	Cảm Nhận: Hòa Bình, Ta Mơ Thấy Em	137

Nhân Ảnh
2025

Liên lạc tác giả
Phương Tấn
phuongtanlacdatuton@yahoo.com

Liên lạc Nhà xuất bản
han.le3359@gmail.com
(408) 722-5626

www.ingramcontent.com/pod-product-compliance
Lightning Source LLC
LaVergne TN
LVHW020818061026
849530LV00003B/19
* 9 7 9 8 3 3 0 3 8 2 8 9 7 *